गीत संविधान

राज्यघटना : परिचय आणि सोपा अभ्यास

गुंजन खलाणे

सकाळ प्रकाशन

सकाळ प्रकाशन

Geet Sanvidhan
Rajyaghatana : Parichay Aani Sopa Abhyas
© Gunjan Khalane

गीत संविधान
राज्यघटना : परिचय आणि सोपा अभ्यास

लेखक : गुंजन खलाणे

प्रथम आवृत्ती : जून २०१८

मुखपृष्ठ : संदीप देशपांडे

मुद्रितशोधन-मांडणी : अश्विनी महाजन

प्रकाशक : सकाळ मीडिया प्रा. लि.
५९५, बुधवार पेठ, पुणे ४११ ००२

ISBN : 978-93-87408-27-2

संपर्क : ०२०-२४४० ५६७८ / ८८८८८ ४९०५०
sakalprakashan@esakal.com

कैक झगडले, लढले, मेले
स्वातंत्र्यास्तव कामी आले...
करूनी समर्पित सर्वस्वच ते
समरांगणी त्या समिधा झाले...
तव त्यागावीन तो न उगवता स्वातंत्र्यातूर सूर्य
तव स्मरणे अर्पणपत्र हे, तव स्मरणे अर्पणपत्र...

- गुंजन खलाणे

अनुक्रमणिका

मनोगत

प्रदीर्घ पारतंत्र्यातून स्वातंत्र्याचा उंबरठा ओलांडत असताना भारतावर फाळणीचे आघातही झाले. दारिद्र्य, उपासमारी, अनारोग्य, निरक्षरता असे अनेक प्रश्न असतानाही आपल्या नेत्यांनी स्वप्ने पाहिली ती उज्ज्वल भविष्याची, आधुनिक स्वतंत्र लोकशाहीची.

या स्वप्नांच्या पूर्तीसाठी पहिले पाऊल म्हणून घटनासमितीची स्थापना केली गेली. भारतातील विविध धर्मांचे, समाजांचे, प्रदेशांचे, मतप्रवाहांचे लोक घटनासमितीत प्रतिनिधी म्हणून आले. घटनेच्या मसुदा समितीचे अध्यक्ष डॉ. बाबासाहेब आंबेडकर होते, हे आपण जाणतोच. प्रदीर्घ विचारमंथन करून त्यांनी भारतीय राज्यघटना निर्माण केली. डॉ. बाबासाहेबांनी आणि समिती सदस्यांनी घेतलेले अथक परिश्रम, भारताच्या इतिहासातून भारताच्या भविष्याची घातलेली सांगड, जगभरातील तब्बल ६० देशांच्या संविधानांचा व शासनपद्धतींचा प्रदीर्घ अभ्यास करून, आपल्यासाठी उपयुक्त व व्यवहारयोग्य अशा तरतुदींचा समन्वय घालून आपले संविधान तयार केले. भारतीय लोकशाहीच्या यशाचा पाया या राज्यघटनेमुळेच घातला गेला. त्यांच्या या कार्याबद्दल स्वतंत्र भारतातील प्रत्येक पिढी त्यांची कृतज्ञ असायला हवी.

मात्र, भारतीय नागरिक म्हणून आपल्याला आपली राज्यघटना कितपत परिचित असते? शाळेतील नागरिक शास्त्र या विषयाचे पुस्तक सोडून आपण

संविधानाबद्दल काही वाचले आहे का? संविधानात नेमक्या कोणत्या गोष्टी दिलेल्या आहेत, आणि कोणत्या गोष्टी नाहीत, हे आपल्याला किती माहिती आहे? हे प्रश्न प्रत्येकाने आपापले स्वतःला विचारायला हवेत.

भारतीय संविधानाच्या क्लिष्ट भाषाशैलीमुळे, पारिभाषिक शब्दांमुळे आपल्याला ते कठीण व रटाळवाणे वाटते. त्यामुळेच स्वतःहून त्याचा अभ्यास करायला सहसा आपण धजावत नाही. मात्र, संविधान आपणा सर्वांना परिचयाचे असणे अतिशय आवश्यक आहे. या सगळ्या बाबींचा विचार करताना मला सुचले, की भारतीय संविधानाची काव्यमय रचना जर आपण करू शकलो तर संविधान सर्वांना आवडेल, कळेल आणि सर्वात महत्त्वाचे म्हणजे 'आपलेसे' वाटेल.

या विचारातून आणि खूप प्रयत्नानंतर तयार झालेले हे पुस्तक आपल्यासमोर प्रस्तुत करताना आनंद व समाधान वाटत आहे.

या पुस्तकाचे दोन भाग करण्यात आलेले आहेत. पहिल्या भागात संपूर्ण राज्यघटनेचे काव्यमय स्वरूप दिलेले आहे. काव्यमय स्वरूपातील ओळींच्या आधी कलम क्रमांक (Article Numbers) लिहिलेले आहेत. दुसऱ्या भागात घटनेतील ज्या काही किचकट, कठीण वाटणाऱ्या संकल्पना, संज्ञा आहेत त्यांचे स्पष्टीकरण दिलेले आहे. संकल्पना, कार्यप्रणाली समजण्यासाठी तक्ते, फ्लो चार्ट्स दिले आहेत.

मी स्वतःला अजिबात या विषयातील तज्ज्ञ जाणकार वगैरे समजत नाही. मी या विषयाचा विद्यार्थी आहे आणि आजन्म राहीन. माझ्या मित्र-मैत्रिणींसाठी संविधान सोपे-सुलभ करून सांगावे, म्हणून माझ्या अल्पमतीला सुचलेला व परमेश्वर कृपेने पूर्ण झालेला हा एक आनंददायी प्रयोग आहे.

गीत संविधानाचा प्रवास CIAT (Counter Insurgency & Anti Terrorism) School, शिवपुरी, मध्य प्रदेश येथे सुरू झाला होता. त्यानंतर मी छत्तीसगढला रुजू झालो. तिथून मला लवकरच जम्मू-काश्मीरमध्ये Army Attachment साठी जावे लागले. तिथे मी कॅप्टन म्हणून भारतीय सैन्यदलात

कार्यरत होतो. तिथेच संविधानचे काव्यमय स्वरूप पूर्ण झाले. काही वैयक्तिक कारणांमुळे अंदमान व चेन्नई येथेही मधला काही काळ मुक्काम झाला होता. त्यात रोजच सुधारणा, नवीन कल्पना यांची भर पडतच होती. शेवटी या लेखनवहीला पुस्तकरूप मिळाले ते पुण्यात! अशा प्रकारे गीत संविधानाच्या कच्च्या मसुद्याने भारतभ्रमण केले, हा मला एक अतिशय सुंदर योगायोग वाटतो.

या सर्व काळात माझे CRPFमधील सहकारी-मित्र, वरिष्ठ अधिकारी, सैन्यदलातील सहकारी-मित्र व वरिष्ठ अधिकारी यांनी मला केलेल्या मार्गदर्शनाबद्दल मी निरंतर त्यांचा आभारी असेन. सैन्य प्रशिक्षण काळात रुजवण्यात आलेली निष्ठा, सेवाभाव, प्रामाणिकपणा, धाडसी वृत्ती, शिस्त व राष्ट्रीय कर्तव्याचे भान ही तत्त्वे वैयक्तिक जीवनातही आचरणात आणण्यासाठी मी नेहमीच प्रयत्नशील आहे. CRPFमधील माझे वरिष्ठ अधिकारी श्री. अमिताभ कुमार (Commandant) यांच्या सहकार्याबद्दल मी त्यांचे विशेष आभार मानतो.

माझे शालेय शिक्षक श्री. सुदेश घरत सर यांच्याकडूनच मी अभ्यास सोपा करून शिकवण्याची कला शिकलो. त्याचा उपयोग अर्थातच या पुस्तकाच्या लेखनासाठी झाला. त्यांनी रुजवलेल्या या सवयीबद्दल आणि त्यांच्या मार्गदर्शनाबद्दल मी सदैव त्यांचा ऋणी आहे. माझी प्रत्येक कविता, लेखन ज्याला मी ऐकवतो आणि त्यावर आपले परखड मत देतो, असा माझा जिवलग मित्र मुकुल विचारे याचे आभार न मानता, आजन्म त्याच्या ऋणातच राहणे मी पसंत करेन.

माझे आईवडील माझे प्रेरणास्थान, ऊर्जास्रोत आहेत. त्यांचे प्रेमळ मार्गदर्शन लाभल्याबद्दल मी स्वतःला भाग्यवान समजतो. माझे आजोबा कै. वामनराव मोहन वाघ व मामा कै. प्रवीण वाघ यांचे आशीर्वाद सदैव माझ्यासोबत आहेत. माझी बहीण शलाका, आजी, मामा-मामी कमलाकर-रोहिणी वाघ यांचे सहकार्य व माझ्यावरील प्रेम याचे मोल मी शब्दांत व्यक्त करू शकत नाही. संपूर्ण लेखनप्रवासात मला सदैव प्रोत्साहन देणारी, मला काय हवे नको ते बघणारी, माझी पत्नी ऐश्वर्या खऱ्या अर्थाने 'सहधर्मचारिणी' आहे!

'सकाळ प्रकाशन'चे प्रमुख श्री. आशुतोष रामगीर आणि त्यांच्या सहकाऱ्यांचे मी विशेष आभार मानतो. 'हे कवितेचे पुस्तक असल्यामुळे आम्ही छापणार नाही,' अशी प्रतिक्रिया मला बऱ्याच ठिकाणी मिळाली होती. मात्र, या पुस्तकाचे महत्त्व समजून घेऊन विशेष आपुलकीने सहकार्य करून माझ्या लेखनाला हे देखणे पुस्तकरूप त्यांनी प्राप्त करून दिले. आपली सामाजिक प्रबोधनाची बांधिलकी सार्थपणे जपणाऱ्या सकाळ प्रकाशनचे विशेष कौतुक वाटते.

स्पर्धा परीक्षांचे विद्यार्थी, राज्यशास्त्र, प्रशासन अशा विषयांचे महाविद्यालयीन स्तरावरील विद्यार्थी, यांच्यासह मराठी जाणणाऱ्या प्रत्येक भारतीय नागरिकाला हे *गीत संविधान* आपल्या संविधानाची सहज ओळख करून देईल, अशी खातरी वाटते. प्रस्तुत लेखनात मूल्यवर्धन सुचवू पाहणाऱ्या सूचनांचे स्वागत असून पुढच्या आवृत्त्यांमध्ये त्यानुसार आवश्यक ती भर नक्कीच घातली जाईल.

गीत संविधान विद्यार्थ्यांना अभ्यासासाठी उपयुक्त ठरले किंवा त्यामुळे एखाद्याला संविधानाचा अधिक अभ्यास करण्याची प्रेरणा मिळाली, जबाबदार नागरिकांच्या घडणीमध्ये हे पुस्तक साहाय्यभूत ठरले तर या लेखनप्रपंचाचे सार्थक झाले, असे मला वाटेल.

– **गुंजन खलाणे**

पुणे

संविधानाचे काव्यरूप

उद्देशिका (Preamble)

आम्ही भारतीय, दृढनिश्चय करतो आज
सार्वभौम, धर्मनिरपेक्ष भारत प्रजासत्ताक

न्याय, स्वातंत्र्य, समानता अन् बंधुभाव वाढेल
घडवू समाजवादी भारत, जिथे लोकशाही नांदेल

सामाजिक, आर्थिक, राजकीय मिळेल सर्वां न्याय
विचार- अभिव्यक्तिस्वातंत्र्य, ना कोणावर अन्याय

समानता दर्जा, संधीची येथे सर्वां मिळो
एकात्मता अन् बंधुभाव देशातील वाढत जावो

२६ नोव्हेंबर १९४९, या शुभदिनी
करू या आत्मार्पण ही घटना जगू या तिजला अनुसरूनी

(घटनेचा सारा सार अन् गाभा, ओळखपत्र ही प्रास्ताविका
समजून घेऊ, जाणून घेऊ, भारतीय राज्यघटना)

भाग 1 : संघराज्य व त्यांचे राज्यक्षेत्र (The Union & its Territories)

1 भारत अथवा इंडिया प्रिय हा आमुचा देश
सारी राज्ये अन् प्रदेशांचा या संघराज्यात समावेश

2-4 नवीन राज्ये करणे अथवा असलेली बदलवणे
अधिकार संसदेला क्षेत्र वाढवणे घटवणे

भाग 2 : नागरिकत्व (Citizenship)

5 पालक भारतीय अन् जन्मही येथील तुमचा
भारतीय नागरिकत्वावर हक्क असेल तुमचा

9. स्वीकार जर तुम्ही कराल नागरिकत्व अन्य देशाचे
गमवाल तुम्ही नागरिकत्व अपुल्या भारत देशाचे

10 या संदर्भातील सारे हक्क आहेत संसदेला
11 द्यावे अथवा नाकारावे, नागरिकत्व जनतेला

भाग 3 : मूलभूत अधिकार (Fundamental Rights)

12 येथे राज्य म्हणजे भारत सरकार अन् राज्य शासन
संसद, सारी विधीमंडळे, सरकारी प्राधिकरण

13 ग्राह्य नसे तो कायदा जो मूलभूत हक्कास गुंडाळील
न्यायालय असल्या त्रुटींसह, कायदे हे धुडकावील

14 समान रक्षण साऱ्यांना कायद्याने सारे एकसमान
ना अमक्या संधी, तमक्या बंदी, कुणी थोर ना कुणी लहान

15 जाती, पाती, वर्ण, धर्म, लिंग अथवा जन्मस्थान
भेदाभेदी हा तर गुन्हा, आपण सारे एकसमान

16 समान संधी साऱ्यांना सरकारी सेवा करण्याची
वंचित घटकांस मदत करण्यास तरतूद आरक्षणाची

17 स्पृश्यास्पृश्य, शिवाशिव, हा तर मोठा हो गुन्हा

18 राजा, महाराजा ना कुणी, गेला तो आता काळ जुना

19 भाषण, अभिव्यक्ती, समूह, संघटना अन् स्थलांतरे
तसेच व्यवसायाची ऐसी दिली सहा स्वातंत्र्ये

20 जोवर नाही दोषी सिद्ध, नाही पात्र शिक्षेला
विसाव्या कलमांतर्गत मिळे संरक्षण व्यक्तीला

21 जगण्याचा हक्क साऱ्यांना, जपून स्व-प्रतिष्ठेला
अबाधित व्यक्तिगत स्वातंत्र्य, हक्क हे प्रत्येकाला

21A घटनादुरुस्ती शाऐंशीवी ठरेल प्रगतीचे कारण
प्राथमिक शिक्षण सर्वांना, करेल अज्ञानाचे निवारण

22 अटक करण्यापूर्वी व्यक्तीस कारण त्याचे कळावे
२४ तासांच्या आत त्यास, कोर्टात हजर करावे

23 वस्तूंपरी विकणे व्यक्ती, गुलामगिरी अन् वेठबिगारी
दंडनीय अपराध हे सारे, कुणा नको ही लाचारी

24 १४ वर्षांखालील मूल, कामावर त्यास लावू नये
संगोपन व शिक्षण द्यावे, वरील गुन्हा करू नये

25 स्वातंत्र्य धर्माचे सर्वांना करा मुक्त प्रकटीकरण
सदसद्विवेक बुद्धी जपून, प्रचार-प्रसार व आचरण

26 धार्मिक संस्था स्थापण्याचे, स्वखर्चे चालवण्याचे
स्वातंत्र्य आहे सर्वांना धार्मिक व्यवहाराचे

27 कसल्याही धार्मिक खर्चाची ना सक्ती करदात्यावर

28 सरकारी शाळांमध्ये बंदी धार्मिक शिक्षणावर

29 भाषा, लिपी, संस्कृती जपण्याचा हक्क साऱ्यांना

30 शैक्षणिक संस्था चालवण्याचा हक्क अल्पसंख्याकांना

32 हक्कांची अंमलबजावणी हा प्राण या घटनेचा
बत्तिसावे कलम देते हक्क उपाययोजनेचा

32 देहोपस्थिती, प्रतिबंध, प्राकर्षण व क्वाधिकार
महादेश आदेश हे अपुले न्यायालयीन अधिकार

33 सैन्य, अर्द्धसैनिक बल वा गुप्तहेर खाते
करू शकते फेरबदल, संसद यांच्या हक्कांमध्ये

34 अनागोंदी करण्या सुरळीत आहेत काही प्रतिबंध
लष्करी कायदा अमलात येता हक्कांवरती निर्बंध

भाग 4 : राज्यधोरणांची मार्गदर्शक तत्त्वे
(Directive Principles of State Policy)

---

36 येथे राज्य म्हणजे भारत सरकार अन् राज्य शासन
संसद, सारी विधीमंडळे, सरकारी प्राधिकरण

37 जरी न्यायिक बंधने न यावर, आवश्यक ही तत्त्वे

38 कल्याणास्तव जनतेच्या ही मार्गदर्शक तत्त्वे

39(a) समान असावे स्त्री पुरुषांना उपजीविकेचे साधन

(b) समाजहिताला धरून व्हावे साधनसंपत्तीचे नियमन

(c) समूहविकासाला बाधक साधनसंपत्तीचे ध्रुवीकरण

(d) स्त्रीपुरुषांना द्यावे, समान कामाबद्दल समवेतन

(e) माणूस म्हणजे यंत्र नव्हे, त्या पैशाखातर पिळू नये

(f) मुक्त निरामय वाढवू त्यांना, बालकांस हो छळू नये

39A न्यायासमोर समान सारे, राज्य असावे न्याय्य
समान संधी साऱ्यांना, मोफत गरजूंना साहाय्य

40 सुसंघटित अन् समर्थ व्हावे ग्रामपंचायतींचे संघटन
स्वराज्याचे मूळ हे, करी लोकशाहीचे संवर्धन

41 शारीरिक, आर्थिक विवंचितांना हक्क लोकसाहाय्याचा
विकलांगता, वार्धक्य असो वा प्रश्न शिक्षण वा कामाचा

42 सुस्थिती कामाची अन् प्रसूतिकाळात सहकार्य करावे

43 कामगारांना योग्य वेतन, शेतमालास रास्त भाव द्यावे

43A उद्योगधंद्यांच्या व्यवस्थापनात सहभागी व्हावा कामगार

43B सहकारी संस्था स्थापून त्यांचा स्वायत्त चालो कारभार

44 एकरूप नागरी कायद्यास्तव प्रयत्नशील सरकार

45 सहा वर्षांखालील मुलांची करू सर्वांगीण देखभाल

46 अनुसूचित जाती जनजातींचे हितसंवर्धन राज्य करेल

47 पोषण, राहणीमान सुधारणे कर्तव्य आपले मानेल

48 आधुनिक व्हावी शेती, व्हावे शास्त्रीय पशुसंवर्धन

48A वन्यजीवांचे करूनी रक्षण, निसर्ग संरक्षण

49 राष्ट्रीय स्मारके, स्थाने, वस्तू, ऐतिहासिक वास्तू
नित्य त्यांना जपू आणि महत्त्व त्यांचे जाणू

50 न्याय व कार्यकारी यंत्रणा यांची असावी स्वतंत्रता

51 मिटवून देशांमधील वाद, पसरावी वैश्विक शांतता

भाग 4A : मूलभूत कर्तव्ये (Fundamental Duties)

51A a पालन संविधानाचे, राष्ट्रीय प्रतीकांचा आदर

b आदर्श व स्फूर्ती जपू या, स्मरू या अपुले स्वातंत्र्यसमर

c सार्वभौमता एकात्मता जपणे आणि वाढवणे

d आवाहनावर देशाची संरक्षण सेवा बजावणे

e वर्ग, धर्म, भाषिक भेद गळुनी वाढो बंधुभाव
स्त्रीविरोधी रुढी-प्रथांचा सर्वार्थाने करू या त्याग

f संमिश्र आपली संस्कृती, समृद्ध वारसा जतन करू

g वने, नद्या अन् वन्यजीवांचे नित्य संरक्षण करू

h विज्ञाननिष्ठ दृष्टिकोण, मानवतावाद अन् सुधारणा

i सोडून हिंसाचार जपणे सार्वजनिक मालमत्ता

j उत्तमता प्रगती सर्वत्र, यशप्राप्ती यत्नें सर्वांना

k प्राथमिक शिक्षण द्यावे हो पालकांनी आपल्या पाल्यांना

भाग 5 : संघराज्य (The Union)

52 स्वतंत्र अपुल्या देशाचा एक असावा राष्ट्रपती

53 कार्यभार वाहील पाळून अधिकार, नियम व काही अटी

54 संसद अन् विधानसभेतील सारे निवडून येणारे
करतील निवडणूक राष्ट्रपतीची आपल्या मताधिकाराने

55 या निवडणुकीची रीत असे, प्रतिनिधित्व प्रमाणता

56 पाच वर्षे पदावधी अन् फेरनिवडणूक पात्रता

58 या कलमांतर्गत पाहू या पदासाठीची अर्हता
वय पस्तीस पूर्ण, भारतीय, लोकसभा सदस्य पात्रता

59 निवासशुल्क शून्य व वित्तलब्धी भत्ते विशेषाधिकार
शर्ती काही या पदाच्या, अन्य लाभपद नाकारणार

60 कायदा रक्षण, कल्याणाची शपथ घेई राष्ट्रपती

61 महाभियोगाद्वारे मात्र होऊ शकते गच्छंती

62 रिक्त पदाला भरण्याकरिता पुनर्निवडणूक होईल
नवनियुक्त व्यक्ती पाच वर्षे पदभार वाहील

63 स्वतंत्र भारत देशाचा असेल एक उपराष्ट्रपती

64 आपल्या राज्यसभेचा तो पदसिद्ध सभापती

65 राष्ट्रपती पद रिक्त झाले काही कारणास्तव कधीही
उपराष्ट्रपती मग पाहील कार्ये, उपभोगील सारे हक्कही

66 उपराष्ट्रपतीची निवडणूक अन् या पदाची अर्हता
वय ३५ पूर्ण, भारतीय, राज्यसभा सदस्य पात्रता

67 पदग्रहणापासून पाच वर्षे, उपराष्ट्रपतीचा पदावधी

68 आपत्कालीन रिक्त पदावर, सहा महिन्यांत नवनियुक्ती

69 संविधानाबद्दल श्रद्धा, निष्ठा शपथ ही उपराष्ट्रपतीची

70 आकस्मिक प्रसंगी पार पाडेल कार्ये राष्ट्रपतीची

71 राष्ट्रपती, उपराष्ट्रपतींच्या निवडणुकीबाबत काही वाद
सर्वोच्च न्यायालय देईल तो, निर्णय अंतिम निर्विवाद

72 शिक्षेबाबत माफी, सूट, क्षमा अथवा तहकुबी
शिक्षेबद्दल दयेचा अधिकार बजावतील राष्ट्रपती

73 व्याप्ती संघराज्याच्या कार्यकारी अधिकारांची
घटना, अन्य तह, करार, चौकट संसदीय कायद्यांची

74 राष्ट्रपतींना साहाय्य अन् सल्ल्यासाठी मंत्रीमंडळ

75 पंतप्रधान प्रमुख असून, त्यांच्या सल्ल्यानेच होईल निवड

75 राष्ट्रपतींची मर्जी तोवर, मंत्रिपदी असणार
लोकसभेस मंत्रिपरिषद सामूहिक जबाबदार

76 न्यायाधीश सर्वोच्च न्यायालयाचा, अशी अर्हताप्राप्त व्यक्ती
राष्ट्रपती करतील त्याची महान्यायवादी म्हणून नियुक्ती

77 राष्ट्रपतींच्या नावे चालतो, सरकारचा शासकीय कारभार

78 पंतप्रधान त्यांना आवश्यक सगळी माहिती पुरवणार

79 संसद बनते मिळुनी, राष्ट्रपती व दोन सभागृहे
राज्यसभा व लोकसभा ही नावे अनुक्रमे

80(4) राज्यविधानसभेचे निवडून आलेले आमदार

80(2) निवडून काही व्यक्तींना ते राज्यसभेत पाठवणार

80(1)a राज्यसभेवर राष्ट्रपती निवडतील, बारा असे सदस्य
वाङ्मय, सेवा, कला, शास्त्र यात, ज्यांना असेल प्रावीण्य

80(1)b राज्याराज्यांतील अन्य प्रतिनिधी एकूण दोनशे अडतीस
रचना ही राज्यसभेची, प्रतिनिधित्व प्रमाणशीर

81 क्षेत्रीय मतदारसंघातून प्रत्यक्ष निवडून आलेले
जागा, राज्य लोकसंख्येचे गुणोत्तर सारखे केलेले

82 प्रत्येक जनगणनेनंतर पुन:समायोजन होते
लोकसभा मतदार संघांची पुनर्विभागणी होते

83(1) राज्यसभा हे स्थायी सदन, ना कधी विसर्जित होणार
दर दुसऱ्या वर्षी एक-तृतीयांश सदस्य निवृत्त होणार

83(2) लोकसभेचा कार्यकाळ साधारणत: पाच वर्षांचा
तत्पूर्वीही विसर्जित, योग आणीबाणीत काळ वाढण्याचा

84 भारतीय नागरिक व वय पूर्ण किमान पंचवीस
अट ही लोकसभेसाठी, राज्यसभेस किमान तीस

85 राष्ट्रपती करतील सत्रसमाप्ती अथवा सत्र अभिनिमंत्रित
सहा महिन्यांपेक्षा अधिक नसावे, अंतर लगतच्या बैठकीत

86 राष्ट्रपतीस हक्क सभागृहात विशेष अभिभाषणाचा

87 दोन्ही सभागृहे संबोधून, संदेश पाठवण्याचा

88 मंत्री व महान्यायवादी राहू शकतील उपस्थित
सभागृहांच्या बैठकीत वा नेमून दिलेल्या समितीत

89 उपराष्ट्रपती हे राज्यसभेचे पदसिद्ध सभापती
राज्यसभेने त्वरित निवडावा एक उपसभापती

90 राजीनामा देणे, दूर करणे वा संपुष्टात सदस्यत्व
या काही कारणांनी होते उपसभापती पद रिक्त

91(1) सभापती, उपसभापती जर दोन्ही पदेही रिक्त
राष्ट्रपती या कार्यास्तव करतील सदस्य नियुक्त

91(2) सभापती अनुपस्थित व अनुपस्थित उपसभापती
राज्यसभा ठरवील ती व्यक्ती होईल सभापती

92 विचाराधीन सभागृही जर पदच्युतीचा ठराव
सभापती, उपसभापतीस, अध्यक्षस्थानावर मज्जाव

93 लोकसभा त्वरित निवडील आपल्यातील २ सदस्य
पदभार सांभाळतील ते होऊन अध्यक्ष व उपाध्यक्ष

94 अध्यक्ष वा उपाध्यक्ष पद, होऊ शकते रिक्त
राजीनामा, पदच्युती वा संपुष्टात सदस्यत्व

95(1) अध्यक्षपद रिक्त व उपाध्यक्ष पदही रिक्त
राष्ट्रपती या कार्यास्तव करतील सदस्य नियुक्त

95(2) अध्यक्ष अनुपस्थित व अनुपस्थित उपाध्यक्ष
लोकसभा ठरवील ती व्यक्ती होईल अध्यक्ष

96 विचाराधीन सभागृही जर पदच्युतीचा ठराव
अध्यक्ष व उपाध्यक्ष यांना स्थान स्वीकारण्यावर मज्जाव

97 सभापती, उपसभापती, अध्यक्ष व उपाध्यक्ष
वेतन, भत्ते ठरलेले दुसऱ्या अनुसूचित व्यक्त

98 प्रत्येक सभागृहाला स्वतंत्र सचिवालय असेल
भरती, नियुक्ती, सेवाशर्तींबद्दल, संसद तरतूद करेल

99 स्थानग्रहणापूर्वी सर्व सदस्यांना शपथ घेणे अनिवार्य
राष्ट्रपती स्वत: वा निवडतील व्यक्ती प्रयोजनार्थ

100 सभागृहांचा चाले मतदानाद्वारे कारभार, त्यास आवश्यक गणपूर्ती

(1)(2)(3) एकूण सदस्यसंख्येच्या किमान एक-दशांश इतकी

100(4) गणपूर्ती अभावी तहकुबी वा सभा करतील स्थगित
कर्तव्य हे अध्यक्षांचे, निर्णय घेतील उचित

101(1) व्यक्ती दोन्हीही सभागृहांची सदस्य असणार नाही

101(2) विधानसभेचा राजीनामा न देता, सांसदपद ग्राह्य असणार नाही

101(4) साठ दिवसांच्या कालावधीत, सर्व सभांना अनुपस्थित
जागा त्याची 'रिक्त' म्हणून होऊ शकते घोषित

102 अन्य लाभपद धारण वा त्यागणे भारतीय नागरिकता
मनोविकल जर घोषित, या सदस्यत्वाबाबत अपात्रता

103 अपात्रतेबाबत अंतिम निर्णय देतील राष्ट्रपती
मत घेतील निवडणूक आयोगाचे, त्यानुसार करतील कृती

104 शपथ घेण्यापूर्वीच वा सदस्य अपात्र असतानाही
केले सभेत जर मतदान, होईल त्याला शास्ती

105 सदस्याला सभागृही, विशेषाधिकार व भाषणस्वातंत्र्य
वक्तव्य त्याचे कुठल्याही न्यायालयीन कारवाईस अपात्र

106 दोन्ही सभागृहांतील सदस्यांचे वेतन आणि भत्ते
कायद्याद्वारे वेळोवेळी संसद निर्धारित करते

107 वित्तीय वा अन्य विधेयके, प्रस्तुत वा प्रलंबित
सुधारणांसह वा त्याखेरीज, सभागृहे करतील पारित

108 मतभेद वा अन्य कारणास्तव दोन्ही सभागृहातील
पारित करण्या विधेयक, राष्ट्रपती, संयुक्त बैठक बोलवतील

109(1) धनविधेयकाबाबत आहेत विशेष कार्यपद्धती
त्यांची लोकसभेतच प्रथम होऊ शकते प्रस्तुती

109(2) चौदा दिवसांच्या आत राज्यसभा ते पारित करेल
लोकसभा त्या शिफारशी पाळेल अथवा फेटाळेल

सहसा राष्ट्रपती धनविधेयकास देतात संमती
कारण विधेयक मांडण्यापूर्वी, घेतलेली असते पूर्वानुमती

110 कर बसवणे, रद्द करणे, विनियमन सरकारी कर्जांची
एकत्रित, आकस्मिकता निधी नियोजन, व्याख्या धनविधेयकाची

111 सभागृहांनी केलेले पारित, विधेयक सादर होईल
द्यावी, न द्यावी अनुमती हे राष्ट्रपती ठरवतील

112 वर्षभराचा लेखाजोखा आर्थिक आवक आणि खर्च
संसदेत मांडले जाईल बजेट, 'वार्षिक वित्तीय विवरणपत्र'

113(1) देशाच्या एकत्रित निधीवरील भारित खर्चासंबंधी निधी
संसदेत मतास तो टाकला जाणार नाही

113(2) अनुदानार्थ मागण्या स्वरूपात, अन्य खर्चांशी संबंधित भाग
देईल अनुमती लोकसभा, नाकारेल अथवा करेल कपात

114 मंजूर केलेली अनुदाने व आवश्यक निधी मिळतील
जेव्हा विनियोजन विधेयके, दोन्ही सभागृहांतून पारित होतील

115 नवीन वा अतिरिक्त खर्चास पूरक, अतिरिक्त अनुदाने

116 वित्तीय वर्षात आगाऊ खर्चास्तव, दिली जातील लेखानुदाने

120 संसदेतील कामकाज हिंदीतून वा इंग्रजीतून चालवण्यात येईल
संसदपटू मातृभाषेतूनही आपले विचार मांडू शकतील

121 सर्वोच्च व उच्च न्यायाधीशांच्या वर्तणुकीसंदर्भात
करता येणार नाही चर्चा, संसदेच्या सभागृहात

122 संसदीय कामकाज विनियमन व कार्यपद्धती
न्यायालये यासंदर्भात करणार नाहीत चौकशी

123 संसदेच्या विराम काळात अध्यादेश प्रख्यापित करणार
राष्ट्रपतींचा आहे हा वैधानिक अधिकार

124(1) मुख्य न्यायमूर्ती व अन्य न्यायाधीश, मिळून बनेल सर्वोच्च न्यायालय
राष्ट्रपती नियुक्ती करतील यांची, करून आवश्यक विचारविनिमय

124(2) न्यायाधीशपदाचा राजीनामा, राष्ट्रपतीस देऊ शकतील
वय वर्षे ६५वा पदच्युतीपर्यंत, कार्यरत राहू शकतील

124(3) राष्ट्रपतींच्या मते व्यक्ती असेल विख्यात विधिवेत्ता
उच्च न्यायालयात असेल, निदान सलग १० वर्षे अधिवेत्ता
उच्च न्यायालयात निदान सलग ५ वर्षे न्यायाधीश
अशी भारतीय व्यक्ती (नियुक्त) होऊ शकते,
सर्वोच्च न्यायालयी न्यायाधीश

125 वेतनभत्ते न्यायाधीशांचे कायद्याद्वारे निर्धारित
रजा व निवृत्तिवेतन नमूद दुसऱ्या अनुसूचित

130 सर्वोच्च न्यायालय कार्यस्थित जरी सध्या दिल्लीत
अन्य वा अनेक ठिकाणी स्थान, होऊ शकते निश्चित

131 केंद्र व राज्य सरकार यांचे आपापसांतील वाद
थेट, सर्वोच्च न्यायालयी ते मागू शकतील दाद

133 दिवाणी वा फौजदारी उच्च न्यायालयातील खटले

134 निर्णयांविरुद्ध अपील करण्या, सर्वोच्च न्यायालय सदैव खुले

141 कायदे बंधनकारक, राज्य न्यायाचे, हा उद्देश

142 अंमलबजावणी सर्वत्र जारी जेही आदेश

143 गरज भासता, उचित समयी, जाणून घेण्या मतविचार
सर्वोच्च न्यायालयास करतील प्रश्न, राष्ट्रपतीचा हा अधिकार

148 नियंत्रक महालेखा परीक्षक नियुक्त करतील राष्ट्रपती
सर्वोच्च न्यायाधीशाप्रमाणेच होईल त्याची पदच्युती

148, 149 वेतन, सेवाशर्ती, सारी कर्तव्ये अधिकार
संसद या संदर्भात उचित कायदे करणार

भाग 6 : राज्ये (The States)

153 प्रत्येक घटक-राज्याचा असेल एक राज्यपाल

154 संविधान व कायद्यांद्वारे पाहील कार्यकारी अधिकार

155 राज्याचा राज्यपाल नियुक्त करतील राष्ट्रपती
जोवर मर्जी राष्ट्रपतींची, कमाल ५ वर्षे कालावधी

157 भारतीय नागरिक, वय ३५ वर्षे पूर्ण
संसदेचा वा विधीमंडळाचा तो असणार नाही सदस्य

159 शपथ घेतील राज्यपाल पद ग्रहण करण्यापूर्वी
शपथ देतील त्यांना उच्च न्यायालयाचे न्यायमूर्ती

161 सूट, तहकुबी, स्थगिती वा शिक्षादेश निलंबित
राज्यपाल शिक्षेसंदर्भात अधिकार हे बजावतील

163 मंत्रिपरिषद राज्यपालांच्या साहाय्यासाठी व सल्ल्यासाठी
मुख्यमंत्री असतील मंत्रीमंडळाच्या प्रमुखपदी

164 राज्यपाल नियुक्त करतील, राज्याचा मुख्यमंत्री
त्याच्या सल्ल्याने राज्यपाल, निवडतील अन्य मंत्री

164 विधानसभेच्या १५ टक्के, ही कमाल संख्या मंत्र्यांची
किमान संख्या १२ असून शपथ घेतील गोपनीयतेची

164 राज्यपालाची मर्जी तोवर मंत्रिपदी असणार
विधानसभेस मंत्रिपरिषद सामूहिक जबाबदार

165 उच्च न्यायालयाचा न्यायाधीश होण्यास पात्र अशी व्यक्ती
राज्याचा महाधिवक्ता म्हणून राज्यपाल करतील नियुक्ती

166 राज्यपालाच्या नावे चालतो राज्याचा शासकीय कारभार

167 मुख्यमंत्री त्यांना आवश्यक सगळी माहिती पुरवणार

168 दोन सभागृहे अन् राज्यपाल मिळून बनते विधानमंडळ
एकच सभागृह सामान्यतः, फक्त सात राज्यांत विधानपरिषद

169 राज्यांमध्ये विधानपरिषद, करणे निर्माण वा विसर्जित
विशेष बहुमताने विधानसभा व संसद करेल कायदा पारित

170 लोकसंख्या मतदार संघांचे, गुणोत्तर सारखेच राहील
प्रत्यक्ष निवडणुकीने आमदार विधानसभेत जातील

170 विधानसभा सदस्य कमाल ५०० किमान ६० असतील

171 विधानपरिषदेत त्याच्या एक-तृतीयांशहून अधिक नसतील

171 विज्ञान, कला, साहित्य, सेवा यात असेल मोलाचे काम
अशा काही व्यक्तींना राज्यपाल, विधानपरिषदेत देतील स्थान

171 स्थानिक स्वराज्य संस्था सदस्य, शिक्षक व पदवीधर
अप्रत्यक्ष मतदानाने निवडून येतील परिषदेवर

172 विधानसभा कार्यकाळ संपेल ५ वर्षे वा तत्पूर्वीच
विधानपरिषद सभागृह ना होईल कधी विसर्जित

173 भारतीय नागरिक व वय २५ वर्षे पूर्ण
विधानसभेवर निवडून जाण्यास व्यक्ती असेल पात्र

174 राज्यपाल करतील सत्र समाप्ती अथवा सत्र अभिनिमंत्रित
सहा महिन्यांपेक्षा अधिक नसावे अंतर लगतच्या बैठकीत

175 राज्यपालास हक्क सभागृहात, विशेष अभिभाषणाचा

176 दोन्ही सभागृहे संबोधून, संदेश पाठवण्याचा

177 मंत्री अथवा महाधिवक्ता कामकाजात घेऊ शकतील भाग
भाषणही करू शकतील, मतदानास ते नसतील हकदार

178 विधानसभेने त्वरित निवडावे अध्यक्ष व उपाध्यक्ष
कार्यभार वाहतील पदाचा यथाशक्य निष्पक्ष

179 अध्यक्ष वा उपाध्यक्ष पद होऊ शकते रिक्त
राजीनामा, पदच्युती वा संपुष्टात सदस्यत्व

180(1) अध्यक्ष, उपाध्यक्ष जर दोन्हीही पदे रिक्त
राज्यपाल प्रयोजनार्थ, करतील सदस्य नियुक्त

180(2) अध्यक्ष अनुपस्थित व अनुपस्थित उपाध्यक्ष
विधानसभा ठरवील ती व्यक्ती होईल सभाध्यक्ष

181 विचाराधीन सभागृही जर पदच्युतीचा ठराव
अध्यक्ष व उपाध्यक्षास, स्थान स्वीकारण्यावर मज्जाव

182 राज्य विधानपरिषद निवडेल, आपले दोन सदस्य
सभापती, उपसभापती म्हणून होतील नियुक्त

183 सभापती, उपसभापती पद होऊ शकते रिक्त
राजीनामा, पदच्युती वा संपुष्टात सदस्यत्व

184(1) सभापती, उपसभापती जर दोन्ही पदेही रिक्त
राज्यपाल या कार्यास्तव करतील सदस्य नियुक्त

184(2) सभापती अनुपस्थित व अनुपस्थित उपसभापती
परिषद ठरवील ती व्यक्ती होईल सभापती

187 प्रत्येक सभागृहाला स्वतंत्र सचिवालय असेल
भरती, नियुक्ती, सेवाशर्तींबद्दल विधानमंडळ तरतूद करेल

188 स्थानग्रहणापूर्वी सर्व सदस्यांस, शपथ घेणे अनिवार्य
राज्यपाल स्वत: वा निवडतील व्यक्ती प्रयोजनार्थ

191 अन्य लाभपद धारण वा त्यागणे भारतीय नागरिकता
मनोविकल जर घोषित या सदस्यत्वाबाबत अपात्रता

192 अपात्रतेसंदर्भात अंतिम निर्णय देतील राज्यपाल
मत घेतील निवडणूक आयोगाचे, कृती करतील त्यानुसार

193 शपथ घेण्यापूर्वीच वा अपात्र असूनही घेईल स्थान
शास्ती होईल अशा सदस्यास जर त्याने केले मतदान

194 सभागृही सदस्याला विशेषाधिकार व भाषणस्वातंत्र्य
वक्तव्य त्याचे कुठल्याही न्यायालयीन कारवाईस अपात्र

195 राज्य विधानमंडळ सदस्यांचे वेतन आणि भत्ते
कायद्याद्वारे विधानमंडळ स्वत: निर्धारित करते

196 प्रस्तुत होतील विधेयके, चर्चेअंती होतील पारित
विधानपरिषदेस या बाबतीत, अधिकार असतील मर्यादित

197 विधानसभेस अंतिम अधिकार, करण्या सामान्य विधेयक पारित
जास्तीत जास्त चार महिने, परिषद करू शकेल प्रक्रिया प्रलंबित

198 धनविधेयकाबाबत आहेत विशेष कार्यपद्धती
त्यांची विधानसभेतच प्रथम होऊ शकते प्रस्तुती

चौदा दिवसांच्या आत विधानपरिषद ते पारित करेल
विधानसभा त्या शिफारशी पाळेल अथवा नाकारेल

सहसा राज्यपाल धनविधेयकास देतात संमती
कारण विधेयक मांडण्यापूर्वीच, घेतलेली असते त्यांनी अनुमती

199 कर बसवणे, रद्द करणे, विनियमन सरकारी कर्जांची
एकत्रित आकस्मिकता निधी नियोजन व्याख्या धनविधेयकाची

200 सभागृहांनी पारित केलेले, विधेयक सादर होईल
द्यावी, न द्यावी अनुमती हे राज्यपाल ठरवतील

201 राज्यपाल जेव्हा विधेयक, राष्ट्रपतींच्या विचारार्थ पाठवतील
देतील संमती राष्ट्रपती वा अनुमती राखून ठेवतील

202 सभागृहांसमोर मांडला जाईल, राज्याचा वार्षिक जमा व खर्च
राज्यपाल ठेवावयास लावतील, 'वार्षिक वित्तीय विवरणपत्र'

203(1) राज्याच्या एकत्रित निधीवरील, भारित खर्चासंबंधी निधी
विधानसभेत मतास तो, टाकला जाणार नाही

203(2) अनुदानार्थ मागण्यांस्वरूपात, अन्य खर्चांशी संबंधित भाग
अनुमती देईल विधानसभा, नाकारेल अथवा करेल कपात

204 मंजूर केलेली अनुदाने व आवश्यक निधी मिळतील
जेव्हा विनियोजन विधेयके, दोन्ही सभागृहांतून पारित होतील

205 नवीन वा अतिरिक्त खर्चासाठी पूरक, अतिरिक्त अनुदाने

206 वित्तीय वर्षात आगाऊ खर्चास्तव, दिली जातील लेखानुदाने

208, 209 वित्तीय कामकाजाचे, राज्य कायद्यांद्वारे विनियमन होईल

210 विधानमंडळ कामकाज राज्यभाषा वा हिंदी, इंग्रजीतून चालवण्यात येईल

211 सर्वोच्च व उच्च न्यायाधीशांच्या वर्तणुकीसंदर्भात
करता येणार नाही चर्चा, राज्य विधानमंडळात

212 राज्य विधानमंडळाचे कामकाज विनियमन व कार्यपद्धती
न्यायालये या संदर्भात करणार नाहीत चौकशी

213 विधानमंडळाच्या विराम काळात अध्यादेश प्रख्यापित करू शकणार
राज्यपालांचा हा आहे वैधानिक अधिकार

भाग 8 : केंद्रशासित प्रदेश (The Union Territories)

214 प्रत्येक राज्यासाठी एक उच्च न्यायालय असणार

215 या अभिलेख न्यायालयास असेल शिक्षा करण्याचा अधिकार

216 राष्ट्रपती नियुक्त करतील, उच्च न्यायालयातील मुख्य न्यायमूर्ती
जी व्यक्ती पदास योग्य व पूर्ण करील पदाच्या शर्ती

217(1) न्यायाधीश पदाचा राजीनामा, राष्ट्रपतीस देऊ शकेल.
पदच्युती वा वय वर्षे ६२पर्यंत, कार्यरत राहू शकेल

217(2) दहा वर्षे अधिवक्ता वा निदान १० वर्षे न्यायिकपदी
उच्च न्यायालयात न्यायाधीश होण्यास, पूर्ण व्हाव्यात या अटी

219 उच्च न्यायालयाच्या न्यायाधीशपदी नियुक्त झालेली व्यक्ती
राज्यपालांच्या साक्षीने पूर्ण करेल शपथविधी

221 वेतनभत्ते न्यायाधीशांचे कायद्याद्वारे निर्धारित
रजा व निवृत्तिवेतन नमूद दुसऱ्या अनुसूचित

222 राष्ट्रपती करतील मुख्य न्यायाधीशांची बदली
एका न्यायालयातून दुसऱ्या उच्च न्यायालयी

223 मुख्य न्यायमूर्ती पद रिक्त वा ते कर्तव्य पालनास असमर्थ
अन्य न्यायाधीशांपैकी एकाला, राष्ट्रपती करतील नियुक्त

230 उच्च न्यायालयांची अधिकारिता, संसद करेल निर्धारित
राज्यक्षेत्र काढून घेईल वा करेल कार्यक्षेत्र विस्तारीत

233 राज्यपाल नियुक्त करेल राज्यातील जिल्हा न्यायाधीश
किमान ७ वर्षे वकिली व ज्याची उच्च न्यायालय करेल शिफारीश

239 दिल्ली, चंदिगड, लक्षद्वीप, दादरा-नगर-हवेली
अंदमान, निकोबार, दिव, दमण आणि पुदुचेरी
ही संघराज्यक्षेत्रे आपली, केंद्रशासित प्रदेश
राष्ट्रपती नेमतील प्रशासक व देतील पुढील आदेश

239A पुदुचेरीसाठी स्थानिक विधानमंडळे व मंत्रिपरिषद निर्मिती

239AA दिल्लीत विधानसभा व मुख्यमंत्री या विशेष तरतुदी

भाग 9 : पंचायती (The Panchayats)

243 या कलमात नमूद विविध बाबींच्या व्याख्या
ग्रामसभा, पंचायत, जिल्हा, व लोकसंख्या

243A घटित होतील गावपातळीवर ग्रामसभा

243B मधल्या व जिल्हा पातळीवर पंचायती व परिषदा

243C(1) प्रादेशिक मतदार संघ व लोकसंख्येचे प्रमाणशीर वाटप होईल
नमूद तिन्ही पातळींवर पंचायती घटित होतील

243C(2) निवडून येणारी व्यक्ती असेल तेथील स्थानिक मतदार
पंचायतींवरील सर्व जागा थेट निवडणुकीद्वारे भरणार

243D आरक्षण असेल निवडणुकीत अनुसूचित जातीजमातींसाठी
किमान एक-तृतीयांश एवढे असेल आरक्षण महिलांसाठी

243E ५ वर्षे कालावधी, तत्पूर्वीही होऊ शकते विसर्जित

243F २१ वय वर्षे पूर्ण व्यक्ती भाग घेईल निवडणुकीत

243G पंचायतींची कार्ये, अधिकार राज्य विधानमंडळ ठरवेल

243H त्यांना निधी, साहाय्यक अनुदान व कर लादण्याचीही तरतूद करेल

243I दर ५ वर्षांनी राज्यपाल वित्त आयोग घटित करतील
निधी मिळकत व वितरण यांची तरतूद करतील

243J पंचायतींच्या लेख्यांचे लेखापरीक्षण होईल

243K राज्य निवडणूक आयोग, निवडणुका पार पाडतील

243L या भागातील तरतुदी, केंद्रशासित प्रदेशांना लागू होतील

243M काही ईशान्य भारतीय राज्ये मात्र याला अपवाद असतील

243N पंचायतींचा कारभार चालेल, ज्याप्रमाणे कायदे व ठराव

243O निवडणुकींबाबतीत न्यायालयीन हस्तक्षेपास असेल मज्जाव

भाग 9A : नगरपालिका (The Municipalities)

243P या कलमात नमूद विविध बाबींच्या व्याख्या
समिती, जिल्हा, नगरपालिका, व लोकसंख्या

243Q घनता, महसूल, रोजगारानुरूप घटित नगरपालिका
लहान नागरी नगरपरिषदा, विस्तृत महानगरपालिका

243R पालिकेच्या सर्व जागा थेट निवडणुकीद्वारे भरणार
निवडून येणारी व्यक्ती असेल तेथील स्थानिक मतदार

243S प्रभाग समित्यांद्वारे होईल कार्यांचे विभाजन

243T अनुसूचित जाती, जमाती व महिलांना आरक्षण

243U ५ वर्षे कालावधी, तत्पूर्वीही होऊ शकते विसर्जित

243V २१ वर्षे पूर्ण व्यक्ती, भाग घेऊ शकते निवडणुकीत

243W पालिकेची कार्ये, अधिकार राज्य विधानमंडळ ठरवेल

243X त्यांना निधी, साहाय्यक अनुदान व कर लादण्याची तरतूद करेल

243Y राज्य वित्त आयोग करेल, पालिकेच्या आर्थिक स्थितीचे पुनर्विलोकन
राज्य व पालिकांमधील कर, वित्त, शुल्क, उत्पन्न वितरण

243Z नगरपालिकांच्या लेख्यांचे लेखापरीक्षण होईल

243ZA राज्य निवडणूक आयोग, निवडणुका पार पाडतील

243ZB या भागातील तरतुदी केंद्रशासित प्रदेशांना लागू होतील

243ZC दार्जिलिंगच्या पहाडी प्रदेशासाठी, अटी शिथिल असतील

243ZD प्रत्येक जिल्ह्यासाठी घटित होईल जिल्हा नियोजन समिती

243ZE प्रत्येक महानगरासाठी असेल, महानगर नियोजन समिती

243ZF नगरपालिकांचा कारभार चालेल विद्यमान कायद्यांप्रमाणे

243ZG न्यायालयीन हस्तक्षेपास मनाई निवडणूकसंबंधी बाबींमध्ये

भाग 9B : सहकारी संस्था (The Co-operative Societies)

243ZH या भागात नमूद विविध बाबींच्या व्याख्या
मंडळ, निबंधक, पदाधिकारी, व सहकारी संस्था

243ZI स्वायत्त कारभार चालवतील, विधिसंस्थापित सहकारी संस्था
सहकारी कारखाने, अन्य उद्योग, पशुपालन वा सहकारी बँका

243ZJ मर्यादित मंडळ सदस्य संख्या व ५ वर्षे कालावधी
अनुसूचित जातीजमाती व महिला आरक्षण या तरतुदी

243ZK मावळत्या सदस्यांच्या जागाभरणीसाठी त्वरित निवडणुका होतील

243ZL कामात कसूरवार, दिरंगाई, निष्काळजी सदस्याचे निलंबन होईल

243ZM सहकारी संस्थांच्या लेख्यांचे, वार्षिक लेखापरीक्षण होईल

243ZN संस्थेची सर्वसदस्यीय मंडळ सभा, दर वर्षी बोलवली जाईल

243ZO संस्थेच्या प्रत्येक सदस्यास आहे माहितीचा अधिकार

243ZP सहकारी संस्था दर वर्षी आपली विवरणे सादर करणार

243ZQ सहकारी संस्थांच्या गुन्हे व अपराधाबद्दल शिक्षेची तरतूद

243ZR बहुराज्यीय सहकारी संस्था स्थापण्याची तरतूद येथे नमूद

243ZS केंद्रशासित प्रदेशांतही अशा संस्था स्थापणे शक्य असेल

243ZT विद्यमान कायद्यानुरूप सहकारी संस्थांचा कारभार चालेल

भाग 10 : अनुसूचित क्षेत्रे व जनजाती क्षेत्रे
(The Scheduled and Tribal Areas)

244 पाचव्या अनुसूचित नमूद, जनजाती क्षेत्रांसाठी विशेष तरतुदी
ईशान्य भारतीय राज्ये आसाम, मेघालय, त्रिपुरा, मिझोरम इत्यादी

भाग 11 : संघराज्य आणि राज्ये यांमधील संबंध
(Relations between the Union & the States)

245 विधानसभेच्या कायद्यांची व्याप्ती, राज्यांपुरती मर्यादित असेल
संसदेचे कायद्यांचे अधिकारक्षेत्र, देशभर सर्वश्रेष्ठ असेल

246 सातव्या अनुसूचित नमूद, कायद्यांच्या विषयांची सविस्तर मांडणी
संघ, राज्य व समवर्ती सूची या प्रकारे त्यांची असेल विभागणी

246(1) नागरिकत्व, रेल्वे, चलन, सेना व संरक्षण
विमा, जनगणना इत्यादींसंबंधी कायदे करेल संसद

246(2) पोलीस कायदा सुव्यवस्था व खाण खनिजे नियमन
राज्य सूचीतील विषय हे, खेळ, सिनेमा वा मनोरंजन

246(3) समवर्ती सूचीतील विषय लग्न, काडीमोड, कारखाने व शिक्षण
वने, जंगले, वन्य पशुपक्षी, दिवाळखोरी व मूल्यनियंत्रण

247 समवर्ती व राज्य सूचीत नसलेल्या विषयांवर संसद कायदे करेल

247 कायद्यांच्या अंमलबजावणीसाठी अतिरिक्त न्यायालयही स्थापेल

249 आणीबाणीच्या काळात वा अन्यथा जपण्यास राष्ट्रहित

250 संसद कायदे करेल, राज्यसूचीतील विषयांच्या बाबतीत

253 परराष्ट्रीय व आंतरराष्ट्रीय करार निर्देश वा तह
या संदर्भात संसदेस असतील सर्व अधिकार व हक्क

254 विधानसभेचा कायदा प्रतिकूल वा संसदीय कायद्यांशी विसंगत असेल
प्रभावी ठरेल संसदेचा कायदा, राज्य कायदा अग्राह्य व शून्यवत ठरेल

256 भारतात केंद्राचे स्थान राज्यांपेक्षा नेहमी वरिष्ठ असेल

257 विविध निर्देश स्वीकारूनही राज्य स्वत:ची स्वायत्तता जपेल

262 आंतरराज्यीय नदी-पाणीवाटपासंबंधी संसद लवादे स्थापन करेल
त्याद्वारे तंट्यांची सुनावणी होऊन त्यास न्यायालयीन दाद नसेल

263 आंतरराज्यीय परिषदा असतील, राज्याराज्यांतील समन्वय वाढवण्यास
लोकहीत व सामाईक हितसंबंध जोपासून विवादांवर सल्ला देण्यास

भाग 12 : वित्तव्यवस्था, मालमत्ता, संविदा आणि दावे
(Finance, Property, Contracts and Suits)

---

266 सर्व पैसा, मिळकती, महसूल मिळून 'राज्याचा एकत्रित निधी'

267 अनपेक्षित खर्च भागवण्यास्तव असेल 'आकस्मिकता निधी'

268 केंद्र व राज्ये कर, शुल्क आकारून वसुलीही करतील
एकूण जमणारा महसूल व मिळकती, आपसात वाटून घेतील

275 केंद्र, विविध राज्यांना साहाय्यक अनुदाने देण्यास कटिबद्ध
अनुसूचित जातीजमाती कल्याणवृद्धी व भागवण्या विकासयोजना खर्च

280 दर पाच वर्षांनी राष्ट्रपती 'वित्त आयोग' घटित करतील
त्यात एकूण ५ सदस्य असून, अध्यक्ष राष्ट्रपतीच नियुक्त करतील

281 संघराज्य व अन्य राज्ये यांच्यात निधीवाटपासंबंधी शिफारशी
आयोगाचे हे मुख्य काम असून सरकार त्यावर करेल कारवाई

285 संघराज्याच्या मालमत्तेस, राज्यांच्या कर आकारणीपासून सूट

289 राज्याची मालमत्ता व प्राप्ती यांना संघीय करांपासून सूट

292 दोन्ही सरकारे आपापल्या एकत्रित निधींच्या प्रतिभूतीवर कर्जे काढतील

293 संसदीय कायदे शर्तींच्या अधीन राहून आपसात व्यवहार करतील

297 सागरी साधनसंपत्ती व खनिजे यावर फक्त केंद्राचा हक्क असणार

298 कोणताही व्यापार धंदा, मालमत्ता संपादन करू शकते सरकार

300A मालमत्ता हा कायदेशीर हक्क, कुणी त्यापासून नसेल वंचित
परंतु गंभीर कारवाई होऊ शकते जर बेकायदेशीर तुमचे संचित

भाग 13 : भारताच्या राज्यक्षेत्रातील व्यापार, वाणिज्य आणि व्यवहार संबंध (Trade, Commerce and Intercourse in India)

301 भारतात सर्वत्र व्यापार, वाणिज्य व्यवहारसंबंध यांचे स्वातंत्र्य असेल

302 सार्वजनिक हितार्थ यावर संसद निर्बंध घालू शकेल

303 व्यापार व व्यवहाराच्या संधी साऱ्यांना समान व न्याय्य असतील

304 राज्याराज्यांमध्ये अग्रक्रम वा भेदभाव निर्माण करणारे कायदे नसतील

भाग 14 : संघराज्य आणि राज्ये यांच्या नियंत्रणाखाली असलेल्या सेवा (Services under Union and States)

309 केंद्र व राज्य प्रशासनांसाठी नियुक्त होतील अधिकारी
सरकारी कामकाज सुरळीत चालण्याची पार पाडतील जबाबदारी

310 अखिल भारतीय नागरी सेवा वा संरक्षण दलातील व्यक्ती
असेल कार्यरत व धारणपद, जोवर राष्ट्रपतींची मर्जी

310(2) राज्यनागरी सेवेसाठी राज्यपाल असतील जबाबदार

311 नियुक्तीनंतर व्यक्तीला काही हक्क व संरक्षणही असणार

311 नियुक्ती करणाऱ्यापेक्षा दुय्यम प्राधिकर बडतर्फ करू शकणार नाही
व्यक्ती स्वत:ची बाजू मांडून व चौकशीखेरीज पदावनत होणार नाही

311 व्यक्तीवरील फौजदारी दोषारोप जर झाले असतील सिद्ध
पदावनत वा बडतर्फ करून, नाकारला जाईल अभिवेदनाचा हक्क

315 प्रत्येक राज्यात भरतीसाठी असेल राज्य लोकसेवा आयोग

315 केंद्रात भरती व परीक्षेची जबाबदारी असेल संघ लोकसेवा आयोगाची

316 संघ व संयुक्त आयोगाच्या अध्यक्षांची नेमणूक राष्ट्रपती करतील
राज्य आयोगाचे अध्यक्ष राज्यपाल नेमतील

317 आयोग अध्यक्ष व अन्य सदस्यांना राष्ट्रपती निलंबित करतील
दिवाळखोर, अन्यत्र सवेतन रुजू वा जर ते मानसिक दुर्बल असतील

318 आयोगाचे सदस्य, कर्मचारी-वर्ग यांच्या सेवाशर्तींबाबत विनियम अधिकार
संघ, संयुक्त आयोगात राष्ट्रपती व राज्य आयोगात राज्यपाल बजावणार

319 आयोगातील सदस्य स्वच्छ व निष्पक्ष कामगिरी करणार
सदस्यत्व समाप्त झाल्यावर अन्यत्र पद-धारणावर मर्यादा असणार

320 दोन किंवा अधिक राज्ये मिळून स्थापू शकतील 'संयुक्त आयोग'

320 उच्चपदांसाठी पात्रता असेल ग्रॅज्युएशनपर्यंतच्या शिक्षणाची

322 संघ आयोगाचा खर्च भारताच्या एकत्रित निधीवर पुरवला जाईल

323 आयोगाचा अहवाल राष्ट्रपती दर वर्षी संसदेसमोर ठेवतील

भाग 14A : न्यायाधिकरणे (Tribunals)

323A भरती व सेवाशर्तींविषयींच्या विवाद, चौकशी व निर्णयासाठी
प्रशासकीय न्यायाधिकरणे असतील प्रत्येक राज्यासाठी

323B परकीय चलन, सीमाशुल्क, कर बसवणे व वसुली करणे
औद्योगिक व कामगारविषयक विवांदासाठीही असतील अन्य न्यायाधिकरणे

भाग 15 : निवडणुका (Elections)

324 भारतीय लोकशाहीचा कणा आहे निवडणूक प्रक्रिया
निवडणूक आयोग समर्थपणे पार पाडते ही भूमिका

324 मतदार याद्या तयार करणे, जबाबदारी निवडणूक आयोगाची
कामांचे अधिक्षण, निर्देशन, नियंत्रण व निवडणुकांच्या संचालनाची

राष्ट्रपती नियुक्त करतील मुख्य व अन्य निवडणूक आयुक्त
मुख्य निवडणूक आयुक्तच असतील या आयोगाचे अध्यक्ष

लोकसभा, विधानसभेच्या सार्वत्रिक व राज्यसभेच्या द्विवार्षिक निवडणुकांची
सुरळीत व्हावी मतदान प्रक्रिया जबाबदारी निवडणूक आयोगाची

राष्ट्रपती, उपराष्ट्रपती निवडणुकांचेही संचालन आयोगच करेल
सर्वोच्च न्यायालयाच्या न्यायाधीशांप्रमाणेच, अध्यक्ष पदच्युतीची रीत असेल

325 धर्म, वंश, जात, लिंग याबाबत कसलेही प्राधान्य वा भेद नसेल

326 १८ वर्षांवरील प्रत्येक भारतीयास, मतदानाचा हक्क असेल

329 निवडणूकविषयक बाबी, न्यायालयात नसतील प्रश्नास्पद
मतदार संघांचे परिसीमन असो वा त्यातील जागांचे वाटप

भाग 16 : विवक्षित वर्गासंबंधी विशेष तरतुदी
(Special Provisions relating to Certain Classes)

---

330 अनुसूचित जाती, जनजातींसाठी विधानसभा व लोकसभा निवडणुकीत

332 राज्यातील त्यांच्या लोकसंख्येच्या प्रमाणात जागा राखीव असतील

331 आंग्ल-भारतीय समाजाला जर लोकसभेत नसेल पुरेसे प्रतिनिधित्व
राष्ट्रपती नामनिर्देशित करतील लोकसभेवर दोन सदस्य

333 आंग्ल-भारतीय समाजाला जर विधानसभेत नसेल पुरेसे प्रतिनिधित्व
राज्यपाल नामनिर्देशित करतील विधानसभेवर एक सदस्य

335 सरकारी सेवा व पद नियुक्तीस अनुसूचित जाती, जनजातींना आरक्षण
उत्तीर्ण होण्यास गुणमर्यादा शिथिल करण्यावर नसेल प्रतिबंध

338 अनुसूचित जाती जमातींसाठी स्वतंत्र राष्ट्रीय आयोग असतील

338A अध्यक्ष, उपाध्यक्ष, अन्य ३ सदस्य, राष्ट्रपती नियुक्त करतील
आयोग त्यांच्या हक्क-संरक्षणासंबंधीच्या तक्रारींची चौकशी करेल
त्यांच्या आर्थिक सामाजिक विकासाच्या प्रगतीचे मूल्यमापन करेल

सरकार त्यांच्या विकासधोरणाविषयी आयोगाशी चर्चा करतील
आयोग दरवर्षी आपले अहवाल राष्ट्रपतींपुढे मांडतील

चौकशी संदर्भात आयोगाला दिवाणी न्यायालयाचा दर्जा असेल
शपथपत्र, साक्षीदार, पुरावे स्वीकारून कोणासही समन्स पाठवू शकेल

340 शैक्षणिक व सामाजिकदृष्ट्या अन्य मागासवर्गांसाठीही
स्थापन व्हावे असे आयोग ही जबाबदारी शासनाची

करावयाच्या सुधारणा, अनुदाने व उपाययोजनेविषयी
हे आयोग करेल राष्ट्रपतींना योग्य त्या शिफारशी

341 केंद्राचे सक्त निर्देश राज्यांना SC, ST स्थिती सुधारणेविषयी
दर वर्षी आयोगांचे अहवाल संसदेत मांडतील राष्ट्रपती

भाग 17 : राजभाषा (Official Language)

343 संघराज्याची राजभाषा हिंदी असून लिपी असेल देवनागरी
प्रशासकीय सोयीसाठी इंग्रजीद्वारेही होतील कामे सरकारी

344 हिंदी भाषेच्या समृद्धीसाठी आयोग स्थापन होईल
आयोग अहिंदी भाषिकांचेही हक्क व हितसंबंध लक्षात घेईल

345 विधानसभा कामकाजासाठी स्थानिक भाषांचा व्हावा अंगीकार
शासकीय प्रयोजनाकरिता इंग्रजीचा वापर चालू राहणार

346 संघराज्य वा दोन राज्ये करण्या आपसांत पत्रव्यवहार
ठरवून एकमताने, करू शकतील, हिंदीचा स्वीकार

348 सर्वोच्च व उच्च न्यायालयात, कार्यवाही इंग्रजीत चालेल
इंग्रजीतच असतील अधिनियम, विधेयके व कायदेशीर आदेश

350 भाषिक अल्पसंख्याक आपले गाऱ्हाणे कोणत्याही भाषेत मांडतील
प्राथमिक शिक्षण देण्यास मातृभाषेत, सरकार असेल प्रयत्नशील

351 हिंदी भाषा समृध्द करून सरकार करेल प्रचार-प्रसार
घेऊन शब्द संस्कृत आदी भाषांतून, करेल तिचा अधिक विस्तार

भाग 18 : आणीबाणीसंबंधी तरतुदी (Emergency Provisions)

352 युद्धजन्य परिस्थिती वा सशस्त्र बंडामुळे, धोक्यात देशाची सुरक्षा
राष्ट्रपतींची खातरी झाल्यावर केली जाईल आणीबाणीची घोषणा

352 घोषणेच्या महिनाभरात घ्यावी लागेल संसदेची संमती
कालावधी वाढवण्यासाठी, सहा महिन्यांनी आवश्यक पुन:संमती

353 आणीबाणी संपूर्ण देशासाठी वा काही भागांसाठी लागू केली जाईल
या काळात केंद्राच्या कार्यकारी अधिकार कक्षेत वाढ होईल

353 परचक्र व अंतर्गत अशांततेपासून केंद्र राज्यांचे रक्षण करेल
आवश्यकता भासल्यास राज्याचा कारभारही केंद्र सरकार चालवेल

356 राज्यातील संविधानिक यंत्रणा कोलमडल्यास, राष्ट्रपती राजवट लागू होईल
राज्यपालांच्या अहवालाची खातरी करून, राष्ट्रपती हा निर्णय घेतील

356 या काळात राज्याचा कारभार, केंद्र सरकार चालवेल
उद्घोषणा मात्र संसदेत, दोन महिन्यांत पारित व्हावी लागेल

358 आणीबाणी काळात मूलभूत हक्क व अधिकार यांवर येईल बंधन

359 जगण्याच्या अधिकारांव्यतिरिक्त अन्य हक्कांचे होईल निलंबन

360 आर्थिक आणीबाणी घोषित, आर्थिक स्थैर्य धोक्यात येता
उद्घोषणेनंतर दोन महिन्यांत हवी संसदेची मान्यता

या काळात राज्यांना आपले खर्च, कमी करण्याचे निर्देश दिले जातील
राष्ट्रपती, न्यायाधीश व सरकारी कर्मचाऱ्यांच्या, पगारात कपात होईल

भाग 19 : संकीर्ण (Miscellaneous)

361 राष्ट्रपती, राज्यपालांना कर्तव्यपालनास्तव, असतील विशेषाधिकार काही
पदावधीत, प्रतिबंध फौजदारी खटल्यांवर व अटकही होणार नाही

361A सभागृहांच्या कामकाजाच्या छापील वृत्तप्रसिद्धीस मज्जाव नसेल
सभागृहांच्या गुप्त बैठकीसाठी मात्र वरील अट लागू नसेल

भाग 20 : संविधानाची सुधारणा (Amendment of the Constitution)

368 संसद संविधानात हवे तेव्हा फेरबदल करू शकेल
त्यात जादा मजकूर दाखल वा अन्य सुधारणा करू शकेल

368 सुधारणेसाठीचे विधेयक कोणत्याही सभागृहात होऊ शकेल प्रस्तुत
दोन-तृतीयांश बहुमत व राष्ट्रपतींच्या अनुमतीने होईल बदल निश्चित

भाग 21 : अस्थायी, संक्रमणकालीन व विशेष तरतुदी

(Temporary, Transitional and Special Provisions)

370 तात्पुरता विशेष दर्जा आहे, जम्मू-कश्मीर राज्याला
काही विशेष सवलत तरतुदी असतील देशाच्या या भागाला

371 व 371 (A to J) काही विशेष तरतुदी आहेत, अन्य काही राज्यांसाठी
त्यांच्या आर्थिक-सामाजिक-शैक्षणिक विकास खर्चांसाठी

भाग 22 : संक्षिप्त नाव, प्रारंभ, प्राधिकृत हिंदी पाठ

(Short Title, Commencement, Authoritative Text in Hindi)

393 असे हे 'भारतीय संविधान', २६ जानेवारी १९५०पासून अमलात येईल

394A हिंदीत व इंग्रजीत उपलब्ध असून, हिंदीतील प्राधिकृत पाठ मानण्यात येईल

बारा अनुसूचींचे काव्यरूप वर्णन

राज्य केंद्रशासित प्रदेश, नावे व त्यांची क्षेत्रे
माहिती तपशीलवार याची, प्रथम अनुसूची देते
घटनात्मक प्रमुख पदांचे भत्ते, वित्तलब्धी
दुसऱ्या अनुसूचीत नमूद, विशेषाधिकार तरतुदी
तिसऱ्या अनुसूचित नमूद, शपथ व प्रतिज्ञा
चौथ्या अनुसूचित, राज्यसभा सदस्य संख्या
एसटी, आदिवासी यांची क्षेत्रे व प्रशासन
पाचवी, सहावी अनुसूची, करते सविस्तर वर्णन
संघसूची, राज्यसूची तथा समवर्ती सूची
विषयवार विभागणी देते सातवी अनुसूची
मान्यताप्राप्त भाषा नमूद आठव्या सूचीमध्ये
नवव्या अनुसूचित आहेत, काही विधिग्राह्य कायदे
आयाराम गयारामचा प्रश्न सोडवण्याकरिता
दहाव्या अनुसूचीत व्यक्त पक्षांतराची अपात्रता
स्थानिक स्वराज्य संस्थांची कर्तव्ये व अधिकार
अकरा, बारावी सूची याची दीर्घ यादी देणार
भविष्य घडवी देशाचे, जपुनी अपुले वर्तमान
प्राण हे अपुल्या देशाचे, 'भारतीय संविधान'...

संकल्पना विस्तार

सरनामा / उद्देशिका (Preamble)

भारतीय राज्यघटनेची सुरुवात प्रास्ताविकेने होते. त्यातून भारतीय राज्यघटनेचे सार कळते आणि प्रारंभिक माहिती मिळते. प्रास्ताविकेला उद्देशिका, सरनामा, नांदी असेही म्हणतात.

भारतीय राज्यघटना ज्या तत्त्वज्ञानावर आधारलेली आहे, ज्या विचारांनी उभी राहिली आहे, असा राज्यघटनेचा संक्षिप्त आढावा म्हणजेच सरनामा होय.

जगाचा विचार करता, घटनेच्या सुरुवातीलाच सरनामा असलेली, अमेरिकेची राज्यघटना ही पहिली राज्यघटना होय. प्रास्ताविकेतील महत्त्वाचे शब्द व संज्ञांच्या माध्यमातून संविधानाचे तत्त्वज्ञान, उद्दिष्टे व संविधानात अभिप्रेत असलेले भारतीय राष्ट्राचे स्वरूप स्पष्ट होते. म्हणूनच प्रास्ताविकेला राज्यघटनेचे ओळखपत्र, आत्मा, गाभा व घटनेची गुरुकिल्ली वा मोजपट्टी असेही म्हणतात.

प्रास्ताविकेचे स्वरूप हे 'मार्गदर्शक' असून ते 'न्यायप्रविष्ट' नसेल. म्हणजेच याविरुद्ध कोणासही, कोणत्याही न्यायालयात दाद मागता येणार नाही.

सार्वभौम (Sovereign)

सार्वभौम म्हणजेच निर्विवाद प्रभुता व स्वातंत्र्य. भारत कोणत्याही कारणास्तव, कोणत्याही अन्य राष्ट्रांवर अवलंबून नाही. भारत कोणत्याही देशाची वसाहत नसून,

सार्वभौम भारतावर कोणत्याही बाह्य शक्तींचा प्रभाव असणार नाही.

आपले अंतर्गत व बाह्य व्यवहार करण्यास भारत समर्थ व स्वयंपूर्ण आहे, देशांतर्गत राज्यकारणाची पूर्ण क्षमता आणि जागतिक पटलावर कुणाच्याही अमलाखाली नसणे, स्वत:चे निर्णय स्वत: घेण्यास पूर्ण सक्षम असणे, म्हणजेच देश सार्वभौम असणे होय.

समाजवादी (Socialist)

लोककल्याणाची जबाबदारी घेऊन कल्याणकारी राष्ट्राची निर्मिती करणारी विचारसरणी म्हणजे समाजवाद होय. भारतीय समाजवाद हा लोकशाही समाजवादाने प्रेरित झालेला आहे. यामध्ये सार्वजनिक व खासगी क्षेत्राचे सहअस्तित्व असलेल्या संमिश्र अर्थव्यवस्थेवर आधारलेली अर्थव्यवस्था अपेक्षित असते.

अज्ञान, गरिबी, दारिद्र्य, अनारोग्य दूर करून आर्थिक, सामाजिक संधीची विषमता दूर करणे ही लोकशाही समाजवादाची उद्दिष्टे आहेत.

समाजवादी हा शब्द प्रास्ताविकेत १९७६च्या 42व्या घटनादुरुस्तीने समाविष्ट करण्यात आला. तसेच आपल्या राज्यघटनेत समाजवादाचा विचार काही मार्गदर्शक तत्त्वांच्या स्वरूपात आधीपासूनच आढळतो.

धर्मनिरपेक्ष (Secular)

धर्मनिरपेक्ष राष्ट्राची संकल्पना स्पष्ट करताना राज्यघटनेला असे अभिप्रेत आहे की, राज्याला स्वत:चा असा धर्म नसेल व राज्य सर्व धर्मांबद्दल समभाव ठेवेल.

धर्म ही पूर्णत: वैयक्तिक बाब असेल आणि प्रत्येक भारतीय स्वेच्छेनुसार कोणत्याही धर्माची उपासना करेल. १९७६मध्ये 42व्या घटनादुरुस्ती अन्वये 'धर्मनिरपेक्ष' हा शब्द घटनेच्या प्रास्ताविकेत अंतर्भूत करण्यात आला. धर्मनिरपेक्ष म्हणजे सर्वधर्मसमभाव. यामध्ये तीन गोष्टी महत्त्वाच्या ठरतात, त्या म्हणजे धर्मनिरपेक्ष राज्य, धर्मनिरपेक्ष समाज व व्यक्तिगत धर्मनिरपेक्षता. या सर्व गोष्टी प्रास्ताविकेतील 'धर्मनिरपेक्ष'मध्ये अभिप्रेत आहेत.

याचबरोबर सरकार व नागरिक यांचे संबंध हे केवळ राज्यघटना व कायदा यावरच अवलंबून असतील. त्याचा कोणत्याही धर्माशी काहीही संबंध असणार नाही.

लोकशाही (Democracy)

लोकांनी, लोकांसाठी चालवलेले लोकांचे राज्य म्हणजे लोकशाही, अशी साधी सरळ व्याख्या अब्राहम लिंकन यांनी केलेली आहे. या शासनव्यवस्थेमध्ये सर्वोच्च सत्ता लोकांच्या हाती असते. म्हणजेच, लोकांची सत्ता असणारी शासनपद्धती लोकशाहीमध्ये अभिप्रेत आहे.

प्रत्यक्ष व अप्रत्यक्ष अशा दोन प्रकारची लोकशाही असते. ज्या कारभारात लोकांचा थेट सहभाग असतो, त्यास प्रत्यक्ष लोकशाही म्हणतात; तर ज्या राज्यकारभारात लोकांनी निवडून दिलेल्या लोकप्रतिनिधींच्या माध्यमातून सहभाग असतो, त्यास अप्रत्यक्ष लोकशाही म्हणतात. भारतात संसदीय लोकशाहीचा स्वीकार करण्यात आला आहे.

या लोकशाहीमध्ये केवळ राजकीय नव्हे, तर आर्थिक व सामाजिक लोकशाहीची प्रक्रियाही अभिप्रेत आहे.

गणराज्य / प्रजासत्ताक (Republic)

ज्या शासनव्यवस्थेत राष्ट्रप्रमुख निवडून आलेले असतात, त्यांना गणराज्य किंवा प्रजासत्ताक असे म्हणतात.

लोकशाही शासनपद्धतीत राजेशाही व गणराज्य यांचा समावेश होतो. राजेशाहीमध्ये राष्ट्रप्रमुखाचे पद राजा किंवा राणी हे वंशपरंपरेने धारण करतात; तर गणराज्य पद्धतीमध्ये राष्ट्रप्रमुख लोकांद्वारे प्रत्यक्ष किंवा अप्रत्यक्षपणे निवडून दिला जातो. म्हणजेच गणराज्यामध्ये राजकीय सार्वभौमत्व हे लोकांच्या हाती असून राजासारख्या किंवा राणीसारख्या एका व्यक्तीच्या हाती नसते. तसेच गणराज्यात विशेष अधिकार असलेला असा कोणताच वर्ग अस्तित्वात नसून सर्व सार्वजनिक पदे कोणताही भेदभाव न करता सर्व नागरिकांसाठी खुली असतात.

न्याय (Justice)

प्रास्ताविकेतील 'न्याय' या संज्ञेत सामाजिक, आर्थिक व राजकीय न्याय अंतर्भूत आहेत. कोणत्याही सामाजिक भेदभावाशिवाय सर्व नागरिकांना समान वागणूक दिली जाणे हे सामाजिक न्यायात अभिप्रेत आहे; तर उत्पन्नाची व संपत्तीची विषमता नष्ट करून आर्थिक आधारावर लोकांमध्ये भेदभाव न करणे हे आर्थिक न्यायात अपेक्षित आहे. तसेच राजकीय न्यायामध्ये सर्व नागरिकांना समान राजकीय अधिकार सर्व राजकीय पदांसाठी आणि आपले राजकीय मत व्यक्त करण्याचीदेखील समान संधी अभिप्रेत आहे.

आपण न्याय (सामाजिक, आर्थिक, राजकीय) ही संकल्पना रशियन राज्यक्रांतीतून घेतली आहे.

स्वातंत्र्य (Liberty)

व्यक्तीच्या दैनंदिन व्यवहारावर निर्बंध नसणे व प्रत्येक व्यक्तीच्या व्यक्तिगत विकासासाठी पूर्ण संधी देणे म्हणजेच स्वातंत्र्य होय.

प्रास्ताविकेने सर्व नागरिकांना विचार, अभिव्यक्ती, विश्वास, श्रद्धा व उपासना यांचे स्वातंत्र्य प्रदान केले आहेत. स्वातंत्र्य म्हणजे वाटेल त्याप्रमाणे वागण्याची परवानगी नव्हे; तर घटनेने घालून दिलेल्या मर्यादेतच स्वातंत्र्याचा उपभोग घ्यायचा, असे अभिप्रत आहे.

(संविधानातील स्वातंत्र्यता, समता व बंधुता या संकल्पना आपण फ्रेंच राज्यक्रांतीतून घेतल्या आहेत.)

समता / समानता (Equality)

समाजात कोणताही भेदभाव न करता, समाजातील कोणत्याही घटकाला विशेष अधिकार न देता, सर्व व्यक्तींना समाजामध्ये पुरेशा संधींची उपलब्धता असणे म्हणजे समता होय.

प्रास्ताविकेत सर्व नागरिकांना दर्जा व संधी यांची समानता प्रदान करण्यात

आलेली आहे. या समतेमध्ये नागरी, राजकीय व आर्थिक अशा समतेचा समावेश केला आहे.

बंधुता / बंधुत्व / बंधुभाव (Fraternity)

धार्मिक, राजकीय, प्रादेशिक, भाषिक या विविधतेच्या पलीकडे जाऊन सर्व भारतीयांमध्ये समान बंधुभावाची भावना असणे व ऐक्य जोपासणे म्हणजेच बंधुत्व होय. बंधुभाव जोपासणे हे प्रत्येक नागरिकाचे कर्तव्य आहे.

भारतीय शासनपद्धतीत 'राज्यांचा संघ', एकेरी नागरिकत्व (Single Citizenship) या राज्यघटनेतील तरतुदी बंधुभाव / बंधुत्व हेच तत्त्व दर्शवतात.

व्यक्तीची प्रतिष्ठा आणि देशाची एकता व एकात्मता या दोन गोष्टी सुनिश्चित करणे हे प्रास्ताविकेतील 'बंधुत्व' या संज्ञेत अंतर्भूत आहे.

एकता व एकात्मता (Unity and Integrity)

राष्ट्राची एकता व एकात्मता स्पष्ट करताना राष्ट्राच्या एकात्मतेच्या मानसिक व प्रादेशिक पैलूंचा विचार करावा लागतो. भारत देश हा राज्यांचा संघ आहे. या घटक राज्यांना संघातून बाहेर पडण्याचा अधिकार नाही. यामुळे भारताची भूप्रादेशिक अखंडता कायम राहील.

एकात्मतेमध्ये राष्ट्रनिर्मितीची प्रक्रिया अंतर्भूत असून प्रादेशिकवाद, भाषावाद, जातिवाद, फुटीरतावाद यांसारख्या राष्ट्रीय एकात्मतेस बाधा आणणाऱ्या घटकांवर मात करणे अपेक्षित आहे. राष्ट्रीय एकता ही नागरिकांमध्ये देशभक्ती वाढवते. त्यामुळे लोकांमध्ये ऐक्य निर्माण होते. याचा थेट संबंध जनतेच्या भावनिक एकीकरणाशी आहे.

उद्देशिका / सरनामा / नांदी प्रास्ताविका

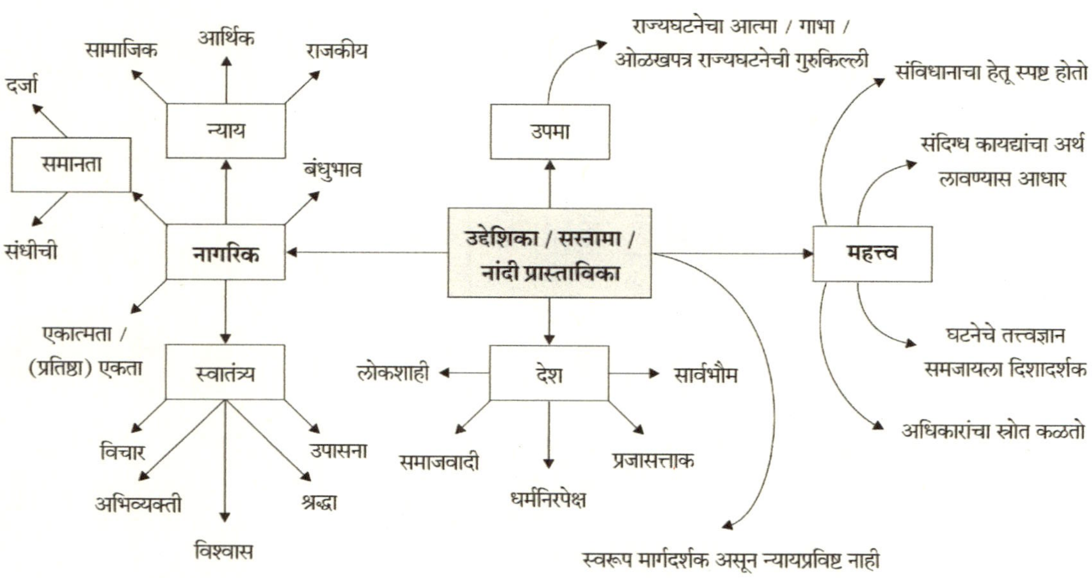

मूलभूत हक्क (Fundamental Rights)

लोकशाही देशांमधील व्यक्तींना त्या देशाच्या राज्यघटनेने काही मूलभूत हक्क प्रदान केलेले असतात. यामध्ये कोणताही भेदभाव न करता सर्व व्यक्तींना मूलभूत हक्कांची हमी दिलेली आहे आणि त्यांचे संरक्षण देशातील न्यायव्यवस्थेमार्फत केले जाते.

सर्व व्यक्तींची समानता, व्यक्तींची प्रतिष्ठा, व्यापक सार्वजनिक हित व देशाची एकता या तत्त्वांना राज्यघटनेने मान्यता दिली आहे. राज्यघटना हा देशाचा मूलभूत कायदा असून या मूलभूत कायद्याने लोकांच्या हक्कांना संरक्षण व हमी दिली आहे. म्हणूनच यांना मूलभूत हक्क असे म्हणतात.

हे अधिकार किंवा हक्क नागरिकांचा सर्वंकष विकास, मानसिक, बौद्धिक, नैतिक विकासाबरोबरच आध्यात्मिक विकास होण्यासाठी आवश्यक असतात.

मूलभूत हक्क हे देशात राजकीय लोकशाहीचा आदर्श प्रस्थापित होण्यास प्रतिबंध करून, राज्यसंस्थेच्या आक्रमणापासून जनतेच्या स्वातंत्र्याचे संरक्षण करतात. हे अधिकार न्यायप्रविष्ट असून त्यांचे उल्लंघन झाल्यास त्यांच्या अंमलबजावणीसाठी न्यायालयात दाद मागता येते.

एकूणच काय तर, मूलभूत हक्क हे 'माणसाचे नव्हे तर कायद्याचे शासन' प्रस्थापित करण्याचा प्रयत्न करतात.

घटनात्मक उपाययोजना करण्याचा हक्क (Right to Constitutional Remedies)

कोणताही भारतीय नागरिक त्याच्या मूलभूत हक्कांचे उल्लंघन झाल्यास आपले हक्क परत मिळवण्यासाठी सर्वोच्च किंवा उच्च न्यायालयात दाद मागू शकतो. हा मूलभूत हक्कांना संरक्षण देणारा हक्क सर्वात महत्त्वाचा हक्क मानला जातो. यावर मूलभूत हक्कांच्या संरक्षणासाठी सर्वोच्च व उच्च न्यायालयाने काढलेल्या आदेशास 'रिट्स' (Writs) म्हणजेच 'निर्देश' किंवा 'प्राधिलेख' असे म्हणतात.

मूलभूत हक्कांच्या रक्षणासाठी सर्वोच्च न्यायालय कलम 32 अंतर्गत, तर उच्च

न्यायालयात 226 अंतर्गत प्राधिलेख / निर्देश काढू शकतात. सर्वोच्च अथवा उच्च न्यायालयातील न्यायाधीश हेबियस कॉर्पस, मँडमस, प्रोहिबिशन सर्टिओररी आणि को-वॉरंटो अशा विविध प्रकारच्या आदेशांद्वारे मूलभूत हक्कांना संरक्षण देतात.

■ देहोपस्थिती / बंदीप्रत्यक्षीकरण (Habeas Corpus)

Habeas Corpus या लॅटिन भाषेतील संज्ञेचा शब्दशः अर्थ 'सदेह उपस्थित राहणे' (to have body of) असा होतो. हा प्राधिलेख बेकायदेशीर अटकेपासून व्यक्तीला संरक्षण देण्यासाठी वापरण्यात येतो. पोलीस अधिकाऱ्याने जर एखाद्याला अटक केली असेल, आणि जर त्यास २४ तासांच्या आत न्यायालयासमोर हजर केले नसेल, तर हा अर्ज करता येऊ शकतो. कोणत्या अधिकारात संबंधित व्यक्तीस अटक केली आहे, याचा जाब ती व्यक्ती, तिचे नातेवाईक किंवा मित्र विचारू शकतात.

■ परमादेश / महादेश (Mandamus)

Mandamus या लॅटिन शब्दाचा शब्दशः अर्थ 'आम्ही आज्ञा देतो' (we command) किंवा 'कृती करा' (do this) असा होतो. मूलभूत हक्कांचे उल्लंघन करणाऱ्याला काही कृती करायला लावण्यासाठी न्यायालयामार्फत हा Mandamus आदेश दिला जातो.

जर एखाद्या व्यक्तीचा मूलभूत हक्क डावलला गेला तर ती व्यक्ती किंवा व्यक्तिगट आपल्या मूलभूत हक्कांच्या संरक्षणासाठी न्यायालयात परमादेश रिट अर्ज दाखल करू शकतात. यावर न्यायालय संबंधित अधिकाऱ्याला त्याचे कर्तव्य पार पाडण्याचे आदेश देतील.

■ प्रतिषेध (Prohibition)

Prohibition म्हणजेच प्रतिबंध करणे (to forbid). जर कनिष्ठ न्यायालयाकडून अधिकारक्षेत्राचे उल्लंघन झाले तर प्रतिषेध हा आदेश वरिष्ठ न्यायालयाकडून कनिष्ठ न्यायालयाला त्याच्या अधिकार क्षेत्राबाहेर जाण्यास प्रतिबंध करण्यासाठी दिला जातो.

■ उत्प्रेक्षण (Certiorari)

Certiorari या लॅटिन संज्ञेचा शब्दशः अर्थ 'असे प्रमाणित करण्यात येते की' (to be certified) असा होतो. कनिष्ठ न्यायालयाने अधिकारक्षेत्राचे उल्लंघन केल्यास, नैसर्गिक न्यायतत्त्वाची उपेक्षा केल्यास किंवा कायद्याची चूक केल्यास वरिष्ठ न्यायालय हा प्राधिलेख काढू शकतात. कनिष्ठ न्यायालयाकडे प्रलंबित असलेला खटला काढून घेणे किंवा त्यांनी दिलेला निकाल बाद ठरवणे हा त्यामागील उद्देश असतो. तसेच अधिकार क्षेत्राबाहेरील खटला जर कनिष्ठ न्यायालयात चालवला जात असेल तर वरिष्ठ न्यायालय अशा खटल्यातील कागदपत्रे मागवून घेतात.

■ अधिकारपृच्छा (Quo-warranto)

Quo-warranto या संज्ञेचा शब्दशः अर्थ 'कोणत्या अधिकाराने' (by what authority or by what warrant) असा होतो.

या आदेशान्वये 'सदर कृती कोणत्या अधिकाराखाली केली' असे न्यायालय विचारू शकते. एखाद्या अपात्र व्यक्तीच्या सार्वजनिक किंवा शासकीय पदावर झालेल्या नेमणुकीला या आदेशाद्वारे आव्हान देता येते व नेमणूक केलेली व्यक्ती अपात्र आढळून आल्यास पदावरून दूर करता येते. अशा प्रकारे एखादे सार्वजनिक अधिकारपद बेकायदेशीरपणे धारण करण्यापासून प्रतिबंधित करण्यासाठी या प्राधिलेखाचा वापर केला जातो.

मूलभूत हक्क

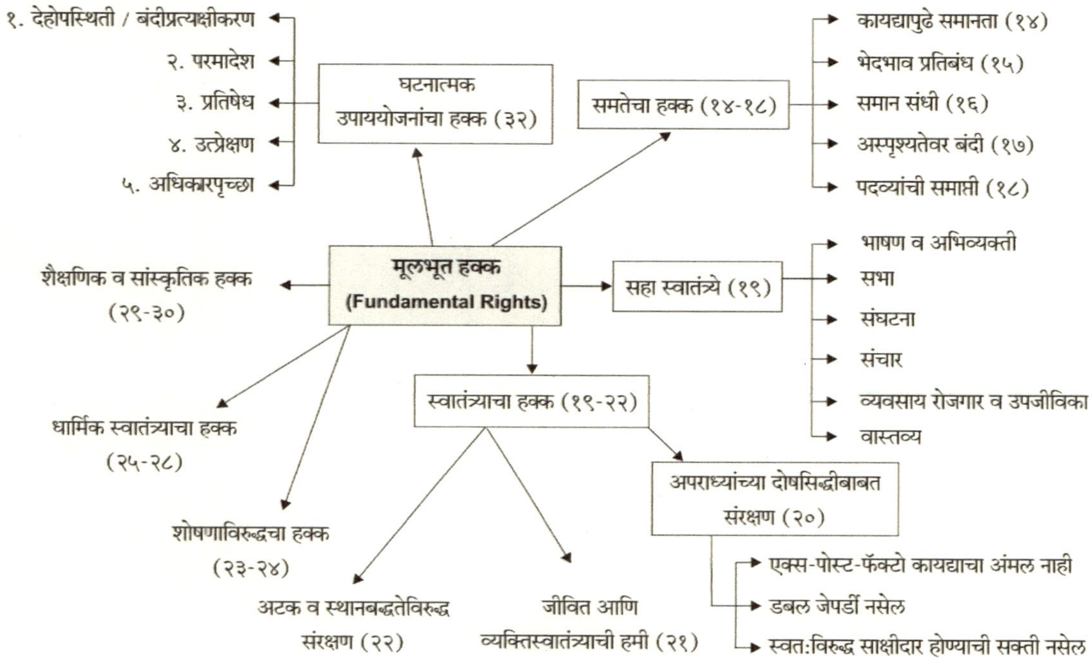
मूलभूत हक्क (Fundamental Rights)
घटनात्मक उपाययोजनांचा हक्क (३२)
१. देहोपस्थिती / बंदीप्रत्यक्षीकरण
२. परमादेश
३. प्रतिषेध
४. उत्प्रेक्षण
५. अधिकारपृच्छा
समतेचा हक्क (१४-१८)
कायद्यापुढे समानता (१४)
भेदभाव प्रतिबंध (१५)
समान संधी (१६)
अस्पृश्यतेवर बंदी (१७)
पदव्यांची समाप्ती (१८)
सहा स्वातंत्र्ये (१९)
भाषण व अभिव्यक्ती
सभा
संघटना
संचार
व्यवसाय रोजगार व उपजीविका
वास्तव्य
शैक्षणिक व सांस्कृतिक हक्क (२९-३०)
स्वातंत्र्याचा हक्क (१९-२२)
अपराध्यांच्या दोषसिद्धीबाबत संरक्षण (२०)
एक्स-पोस्ट-फॅक्टो कायद्याचा अंमल नाही
डबल जेपर्डी नसेल
स्वत:विरुद्ध साक्षीदार होण्याची सक्ती नसेल
धार्मिक स्वातंत्र्याचा हक्क (२५-२८)
शोषणाविरुद्धचा हक्क (२३-२४)
अटक व स्थानबद्धतेविरुद्ध संरक्षण (२२)
जीवित आणि व्यक्तिस्वातंत्र्याची हमी (२१)

राज्यधोरणाची मार्गदर्शक तत्त्वे (Directive Principles of State Policy)

जनतेचे जीवन सुखी व समृद्ध होण्यासाठी केवळ मूलभूत हक्क उपयुक्त नाहीत, तर लोकांच्या कल्याणाबरोबरच देशाच्या प्रगतीसाठी सरकारने कल्याणकारी योजना व धोरणे आखणे गरजेचे असते. म्हणूनच 'राज्य धोरणांच्या मार्गदर्शक तत्त्वांचा' समावेश भारताच्या राज्यघटनेमध्ये केला आहे.

ही तत्त्वे, राज्यसंस्थेस मार्गदर्शन करणारी आहेत, म्हणजेच देशातील सरकारांनी आपल्या कायदेविषयक, कार्यकारी तसेच प्रशासकीय कामांमध्ये या तत्त्वांचे अनुसरण करून, राज्यशासन चालवावे हे अभिप्रेत आहे. ही मार्गदर्शक तत्त्वे देशात आर्थिक व सामाजिक लोकशाही प्रस्थापित करण्यासाठी महत्त्वाची असतात. आधुनिक लोकशाही राष्ट्रासाठी सर्वंकष अशा आर्थिक, सामाजिक व राजकीय कार्यक्रमांची तत्त्वे, ही प्रास्ताविकेतील न्याय, स्वातंत्र्य, समता व बंधुत्वाची तत्त्वे, प्रत्यक्षात आणण्यासाठी महत्त्वाची ठरतात. यांचा उद्देश 'कल्याणकारी राज्य' व्यवस्था निर्माण करणे हाच असतो.

मार्गदर्शक तत्त्वे ही न्यायप्रविष्ट नाहीत, म्हणजेच त्यांच्या उल्लंघनाविरुद्ध न्यायालयात दाद मागता येत नाही. मात्र, न्यायालयांना कायद्याची घटनात्मक वैधता ठरवण्यासाठी याचा उपयोग होत असतो.

राज्यधोरणाची मार्गदर्शक तत्त्वे

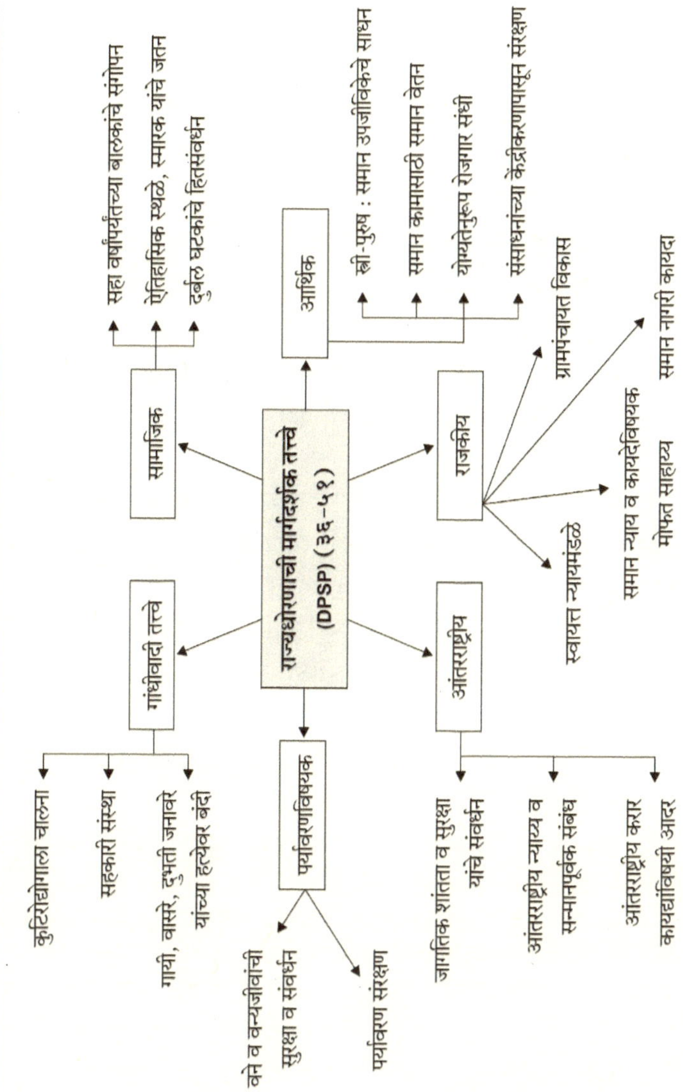

मूलभूत कर्तव्ये (Fundamental Duties)

समाजाचा घटक या नात्याने व्यक्तीला जसे हक्क प्राप्त होतात, तसेच प्रत्येक व्यक्तीनेही समाजासाठी काही जबाबदाऱ्या पार पाडावयाच्या असतात. यालाच कर्तव्य असे म्हटले जाते. लोकशाहीमध्ये मूलभूत हक्क जितके महत्त्वाचे आहेत, तितकीच मूलभूत कर्तव्यदेखील महत्त्वाची आहेत.

व्यक्ती ज्या समाजात जन्मास येते, ज्या प्रदेशात, देशात वाढते, विकास करते, त्या समाजाचे, ज्या प्रदेशाचे, देशाचे काहीतरी देणे लागते. ज्याप्रमाणे शासनसंस्थेकडून हक्क अभिप्रेत असतात, त्याप्रमाणे शासनसंस्थेस, राज्यसंस्थेसही व्यक्तीकडून अपेक्षा असतात. प्रत्येक व्यक्तीचीही काहीतरी जबाबदारी असते, समाजाचे, देशाचे काहीतरी देणे असते. तेच देणे, राज्यघटना मूलभूत कर्तव्यांच्या रूपात अपेक्षित ठेवते.

मूलभूत कर्तव्यांमध्ये काही नागरी कर्तव्ये आहेत, तर काही नैतिक कर्तव्ये आहेत. यामध्ये भारतीय परंपरा, धर्म, रुढीपद्धतींचा समावेश आहे. एकूणच ही कर्तव्ये भारतीय जीवन पद्धतीचा अविभाज्य घटक असलेल्या मूल्यांचे प्रतीक आहेत, मार्गदर्शक तत्त्वांप्रमाणेच मूलभूत कर्तव्येदेखील न्यायप्रविष्ट नाहीत.

भारताच्या मूळ घटनेत कर्तव्यांचा समावेश करण्यात आला नव्हता. १९७६च्या 42व्या घटनादुरुस्तीने घटनेत दहा मूलभूत कर्तव्यांची यादी समाविष्ट करण्यात आली. तसेच २००२च्या 86व्या घटनादुरुस्तीने अकरावे मूलभूत कर्तव्य टाकण्यात आले.

तत्कालीन सोव्हिएत रशियाच्या घटनेवरून, मूलभूत कर्तव्ये घेण्यात आलेली आहेत.

संघराज्यशासन (Union Government)

लोकशाही शासनसंस्थेची तीन प्रमुख अंगे असतात. कायदेमंडळ, कार्यकारी मंडळ, न्यायमंडळ. भारताने संघराज्य शासनपद्धतीचा स्वीकार केला आहे. यात केंद्र पातळीवर केंद्र सरकार व राज्य पातळीवर राज्य सरकारे अशी रचना असते.

केंद्रात ज्याप्रमाणे कायदेमंडळ व कार्यकारी मंडळ असते, तसेच घटकराज्यांमध्येही कायदेमंडळ व कार्यकारी मंडळ असते.

■ कायदेमंडळ

भारताच्या केंद्रीय कायदेमंडळाला 'संसद' किंवा 'पार्लमेंट' असे म्हणतात. देशासाठी कायदे तयार करणे हे या संसदेचे मुख्य कार्य आहे. राष्ट्रपती, लोकसभा व राज्यसभा मिळून संसद बनते. भारतीय संसद द्विगृही असून त्यापैकी राज्यसभा हे वरिष्ठ व लोकसभा हे कनिष्ठ सभागृह आहे.

दोन्ही सभागृहांनी मंजूर केलेल्या विधेयकाचे राष्ट्रपतींच्या स्वाक्षरीनंतर कायद्यात रूपांतर होते.

संसद

लोकसभा
(कनिष्ठ सभागृह)
लोकांचे प्रतिनिधित्व
सदस्य संख्या : ५५२
- ५३० : घटक राज्यांमधून निवडून आलेले (आमदार)
- २० : केंद्रशासित प्रदेशांमधून निवडून आलेले (खासदार)
- २ : अँग्लो-इंडियन प्रतिनिधी

राष्ट्रपती

राज्यसभा
(वरिष्ठ सभागृह)
राज्यांचे प्रतिनिधित्व
सदस्य संख्या : २५०
- २३८ : निर्वाचित
- १२ : राष्ट्रपतींकडून नियुक्त

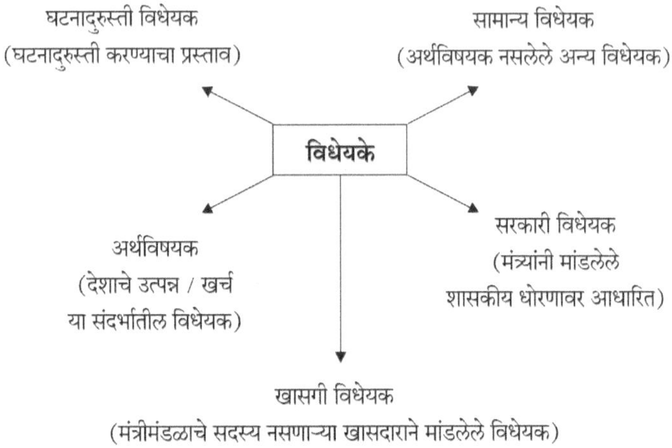

लोकसभेत मांडलेल्या सामान्य विधेयकाचे कायद्यात रूपांतर होण्याची प्रक्रिया

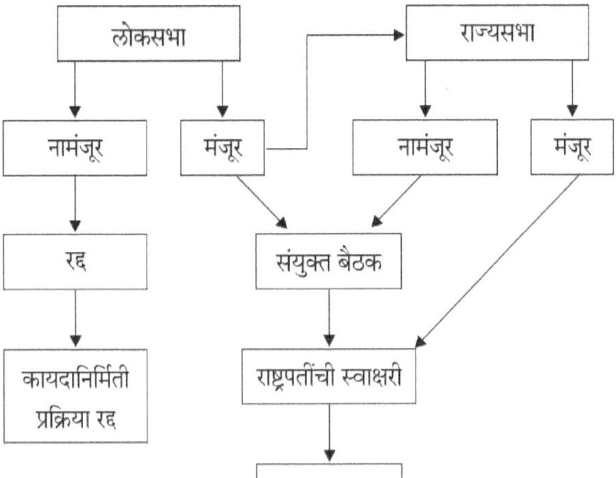

दोन्ही सभागृहांतील कायदेनिर्मिती प्रक्रियेतील विविध अवस्था

सभागृह	**लोकसभा / राज्यसभा**
प्रथम वाचन (First Reading)	शीर्षक-प्रास्ताविक-उद्दिष्टे राजपत्रात प्रकाशित करणे, पुढच्या वाचनाची तारीख, किरकोळ चर्चा, मतदान
द्वितीय वाचन (Second Reading)	सविस्तर वाचन, सर्वांगीण विचार, अनुच्छेदवार, तपशीलवार, कलमवार चर्चा, विधेयकाचे फायदे, तोटे, मतदान
समिती अवस्था (Committee Stage)	गरजेनुसार सविस्तर चर्चा, स्वतंत्र चर्चा, सूचना
अहवाल अवस्था (Consideration Stage)	समितीचा अहवाल सभागृहात सादर करणे, प्रत्येक अनुच्छेदावर चर्चा व स्वतंत्र मतदान. सदस्य सूचना सुचवू शकतील (सूचना बंधनकारक नाहीत)
तृतीय वाचन (Third Reading)	शाब्दिक दुरुस्त्या, सविस्तर चर्चा अपेक्षित नाहीत. अंतिम निर्णय, मतदान

■ केंद्रीय कार्यकारी मंडळ (Union Executive)

संसदेने केलेल्या कायद्याची अंमलबजावणी 'कार्यकारी मंडळा'तर्फे केली जाते. संघराज्य शासनाच्या कार्यकारी मंडळामध्ये राष्ट्रपती, उपराष्ट्रपती, पंतप्रधान, मंत्रिपरिषद व भारताचा महान्यायवादी (Attorney General of India) इत्यादींचा समावेश होतो.

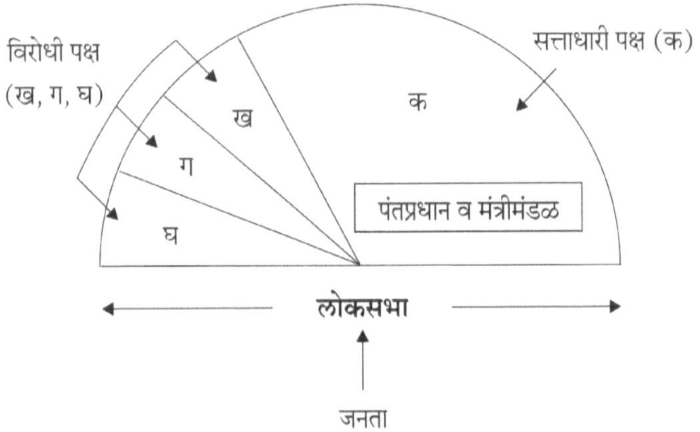

राष्ट्रपती (President)

राष्ट्रपती भारताचे घटनात्मक प्रमुख असून देशाचे पहिले नागरिक असतात. भारताचा संपूर्ण कारभार त्यांच्या नावाने चालत असला तरी ते नाममात्र प्रमुख असतात. खरी सत्ता म्हणजेच निर्णय घेण्याचे अधिकार पंतप्रधान व मंत्रीमंडळ यांच्या हातात असतात.

- **महाभियोग (Impeachment) :** राष्ट्रपतींना पदच्युत म्हणजेच पदावरून काढून टाकण्याच्या तरतुदीला महाभियोग म्हणतात.
- **अभिभाषण (Presidential Address) :** लोकसभा निवडणुकीनंतरचे पहिले अधिवेशन आणि संसदेच्या दोन्ही सभागृहांचे वर्षातील पहिले अधिवेशन याप्रसंगी राष्ट्रपती दोन्ही सभागृहांना उद्देशून संबोधन करतात, याला अभिभाषण असे म्हणतात.
- **वटहुकूम (Ordinance) :** संसदेचे अधिवेशन भरले नसताना कायद्याची तातडीने गरज निर्माण झाल्यास राष्ट्रपती वटहुकूम जारी करतात.

राष्ट्रपतींचे अधिकार व कार्ये

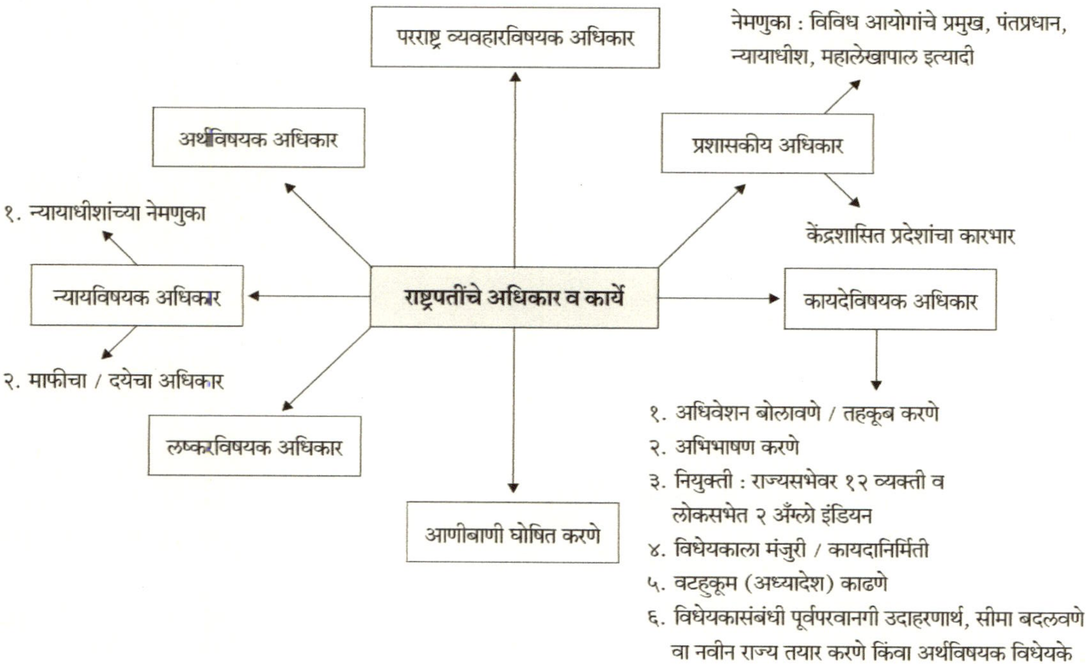

राष्ट्रपतींचा क्षमादानाचा अधिकार

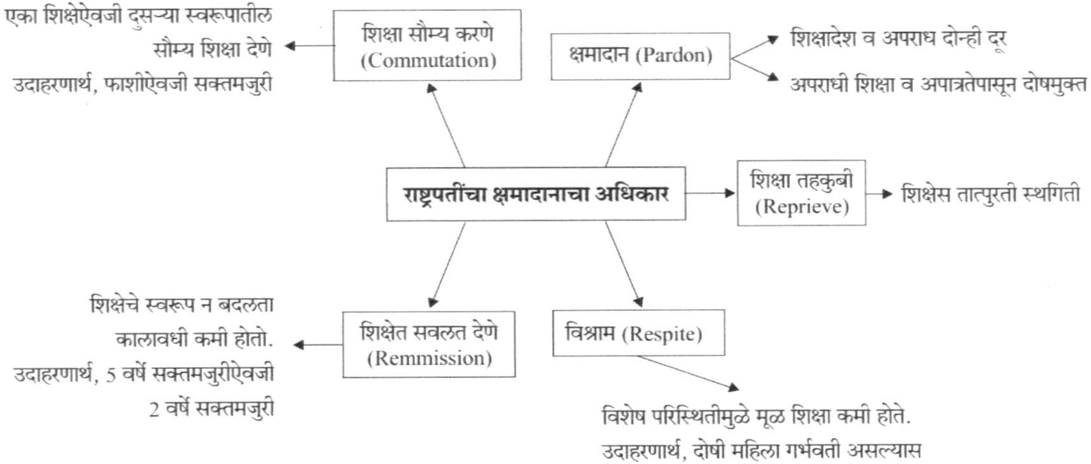

पंतप्रधान – कार्ये, भूमिका, स्थान

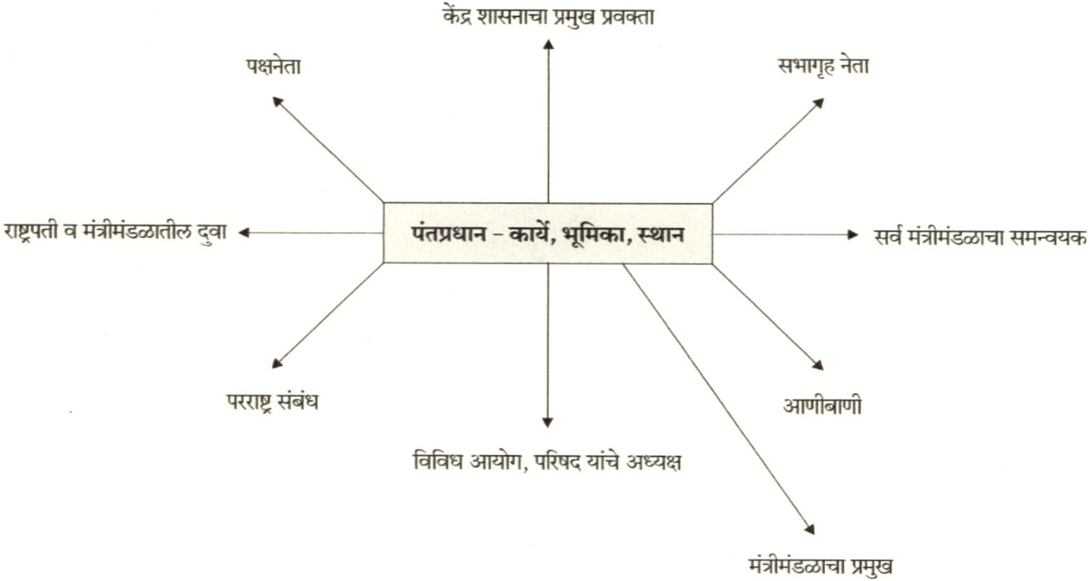

भारताचा महान्यायवादी (Attorney General of India)

महान्यायवादी म्हणजेच भारताचे 'सर्वोच्च कायदा अधिकारी' (Highest Law Officer). केंद्र सरकारला कायदेशीर सल्ला देणे आणि केंद्र सरकारच्या वतीने खटले चालवणे ही महान्यायवादींची प्रमुख कार्ये आहेत. जरी संसद सदस्यांचे सर्व विशेषाधिकार त्यांना देण्यात आले असले तरी संसदेत मतदान करण्याचा अधिकार त्यांना नाही. मात्र, ते संसदीय चर्चांमध्ये भाग घेऊ शकतात.

न्यायमंडळ (Judiciary)

कायद्यांचा अर्थ स्पष्ट करून कायद्याचे उल्लंघन करणाऱ्यांना शिक्षा देण्यासाठी व न्याय प्रस्थापित करण्यासाठी जी शासकीय संस्था कार्यरत असते तिला 'न्यायमंडळ' असे म्हणतात.

संघराज्य घटकांमधील तंटे, शासन व जनता यांमधील तंटे तसेच जनतेमधील आपापसांतील तंटे सोडवणे हे न्यायमंडळाचे प्रमुख कार्य आहे.

भारताने एकेरी एकात्म न्यायव्यवस्था (Single Unified Judiciary System) स्वीकारली असून त्यात सर्वोच्च न्यायालय, उच्च न्यायालय व कनिष्ठ न्यायालय अशी न्यायालयांची शृंखला आहे.

न्यायालयीन अधिकारक्षेत्रे (Judicial Jurisdiction)

प्रारंभिक अधिकारक्षेत्रे (Original Jurisdiction)	जे दावे कनिष्ठ न्यायालयात दाखल न करता थेट सर्वोच्च / उच्च न्यायालयात दाखल केले जातात.
पुनर्निर्णयात्मक अधिकारक्षेत्रे (Appellate Jurisdiction)	कनिष्ठ न्यायालयांतील निर्णयाविरुद्ध वरिष्ठ न्यायालयात अपील करणे, राज्यासाठी उच्च न्यायालय व देशासाठी सर्वोच्च न्यायालय हे उच्चतम व अंतिम राहील.
सल्लाविषयक अधिकारक्षेत्रे (Advisory Jurisdiction)	राष्ट्रपती आवश्यकतेनुसार सर्वोच्च न्यायालयाच्या न्यायाधीशांकडे कायदेशीर सल्ला मागू शकतात.
रिट्स (Writs)	मूलभूत हक्कांच्या उल्लंघनाविरुद्ध भारतीय नागरिक सर्वोच्च वा उच्च न्यायालयात दाद मागू शकतो.
अभिलेख न्यायालय (A Court of Record)	सर्वोच्च व उच्च न्यायालयांच्या निर्णयांचे जतन केले जाते, आणि तशाच प्रकारचे खटले सोडवताना या निकालांचा संदर्भ घेतला जातो.
न्यायालयीन पुनर्विलोकन (Judicial Review)	एखाद्या कायद्यामुळे जर घटनात्मक मूलभूत हक्कांचा भंग होत असेल, तर त्यास न्यायमंडळ 'घटनाबाह्य' म्हणून घोषित करू शकते. यास 'न्यायालयीन पुनर्विलोकन' असे म्हणतात.
पर्यवेक्षणाचा अधिकार (Power of Supervision)	सर्वोच्च न्यायालयाला उच्च व कनिष्ठ न्यायालये यांच्या कामकाजावर पर्यवेक्षण करण्याचा अधिकार. उच्चन्यायालय हीच जबाबदारी कनिष्ठ न्यायालयांबद्दल पार पाडते.

भारताचे नियंत्रक व महालेखा परीक्षक

(Comptroller and Auditor General of India - CAG)

महालेखा परीक्षक हे 'भारतीय लेखापरीक्षण व लेखा विभागा'चे (Indian Audit & Accounts Department) प्रमुख असतात. लेखापरीक्षण करताना पुढील प्रश्नांची शहानिशा करावी लागते :

लेख्यांमध्ये दाखवण्यात आलेले पैसे सरकारला कायद्याने उपलब्ध होते का? ते पैसे ज्या सेवेसाठी किंवा उद्देशासाठी उपलब्ध करून देण्यात आले होते, ते त्याच कामासाठी वापरले गेले आहेत का? या व्यवहारांमध्ये पैशांचा अपव्यय किंवा गैरव्यवहार तर झाला नाही ना?

म्हणूनच, महालेखापाल हे सरकारच्या खर्चावर नियंत्रण ठेवणारे संसदेचे प्रतिनिधी आहेत.

राज्यशासन (State Government)

घटक राज्यांच्या शासनव्यवस्थेमध्ये संघराज्याप्रमाणेच कायदेमंडळ, कार्यकारी मंडळ व राज्यस्तरीय व्यवस्थेचा समावेश होतो.

■ **राज्य कायदेमंडळ (State Legislature)**

घटक राज्यांच्या कायदेमंडळास राज्य विधानमंडळ असे म्हणतात. त्यामध्ये राज्यपाल, विधानसभा व विधान परिषद यांचा समावेश होतो. भारतात केवळ सात राज्यांमध्ये (२०१७) विधान परिषदा आहेत. द्विगृही विधानमंडळ असलेली राज्ये पुढीलप्रमाणे : आंध्र प्रदेश, बिहार, महाराष्ट्र, कर्नाटक, उत्तर प्रदेश, जम्मू आणि काश्मीर आणि तेलंगणा.

■ **राज्य कार्यकारी मंडळ (State Excutives)**

संघराज्याच्या कार्यकारी मंडळाप्रमाणेच घटकराज्याचे कार्यकारी मंडळ संसदीय लोकशाही तत्त्वानुसार कार्य करते. राज्याच्या कार्यकारी मंडळात पुढील बाबींचा समावेश होतो :

1. राज्यपाल (Governor)
2. मुख्यमंत्री (Chief Minister)
3. मंत्रीमंडळ (Council of Ministers)
4. राज्याचा महाधिवक्ता (Advocate General of the State)

■ **न्यायमंडळ (Judiciary)**

घटक राज्याचे न्यायमंडळ हे उच्च न्यायालय व त्याची दुय्यम न्यायालये यांनी बनलेले असते. प्रत्येक राज्यात एक उच्च न्यायालय असते. तरीही संसद दोन किंवा अधिक राज्यांसाठी किंवा राज्ये आणि केंद्रशासित प्रदेशांसाठी एकच उच्च न्यायालय प्रस्थापित करू शकते.

आणीबाणी (Emergency)

युद्ध, परकीय आक्रमण किंवा सशस्त्र उठाव यांमुळे भारताच्या अंतर्गत व बाह्य शक्तींपासून देशाच्या सुरक्षा व स्थैर्यास धोका निर्माण करणाऱ्या परिस्थितीचा सामना करण्यासाठी, केंद्र सरकारच्या हातात योग्य तो प्राधिकार देण्याचा विचार केला गेला आहे. यानुसार देशाचे राष्ट्रपती राष्ट्रीय आणीबाणी घोषित करू शकतात.

यामुळे देशाची सुरक्षा, अखंडता व स्थैर्य, तसेच राज्यशासनांच्या प्रभावी कामकाजाच्या संरक्षणासाठी घटनेमध्ये आणीबाणीविषयक तरतुदी समाविष्ट करण्यात आल्या आहेत. घटनेमध्ये आणीबाणीचे तीन प्रकार दिलेले आहेत.

१. **राष्ट्रीय आणीबाणी :** युद्ध, परकीय आक्रमण किंवा सशस्त्र बंड या वेळी लागू केलेल्या आणीबाणीला 'राष्ट्रीय आणीबाणी' असे म्हणतात.
२. **राज्य आणीबाणी / घटनात्मक आणीबाणी :** राज्यातील घटनात्मक शासन यंत्रणा अपयशी ठरल्याने लागू केल्या गेलेल्या आणीबाणीस 'राज्य आणीबाणी' असे म्हणतात. तसेच या आणीबाणीला 'राष्ट्रपती राजवट' म्हणूनही ओळखले जाते.
३. **आर्थिक आणीबाणी :** देशाचे आर्थिक स्थैर्य किंवा पत धोक्यात

आल्याने आर्थिक आणीबाणी लागू केली जाते.

घटनादुरुस्ती (Constitutional Amendments)
बदलत्या परिस्थितीनुसार व गरजांनुसार राज्यघटनेमध्ये बदल करण्याची तरतूद इतर लिखित राज्यघटनेप्रमाणे भारतीय राज्यघटनेतसुद्धा आहे. मात्र, ही घटनादुरुस्ती पद्धत सोपीही नाही व तितकीच अवघडही नाही. म्हणजेच भारतीय घटना पूर्णपणे लवचीकही नाही व ताठरही नाही. भारतीय राज्यघटनेने कायदा करण्याचा व तो बदलण्याचाही अधिकार संसदेस दिला आहे.

संसदेला घटनेतील कोणत्याही तरतुदीमध्ये भर घालणे, बदल करणे किंवा काढून टाकणे किंवा सुधारणा करण्याचा अधिकार दिला आहे.

घटनादुरुस्तीसाठी एकूण तीन पद्धती आहेत :

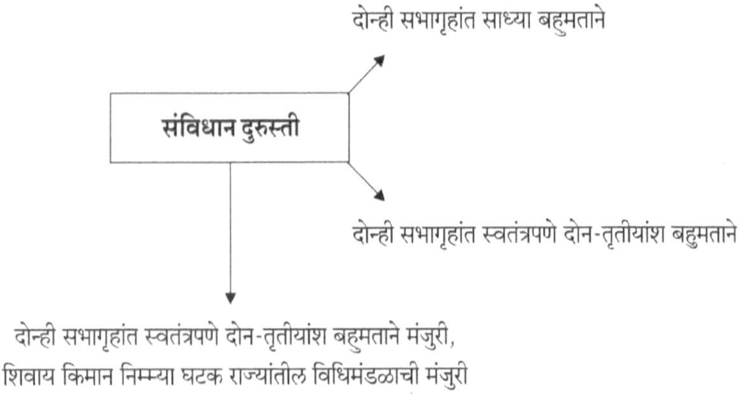

भारतीय न्यायमंडळाची रचना
(Structure of Judiciary in India)

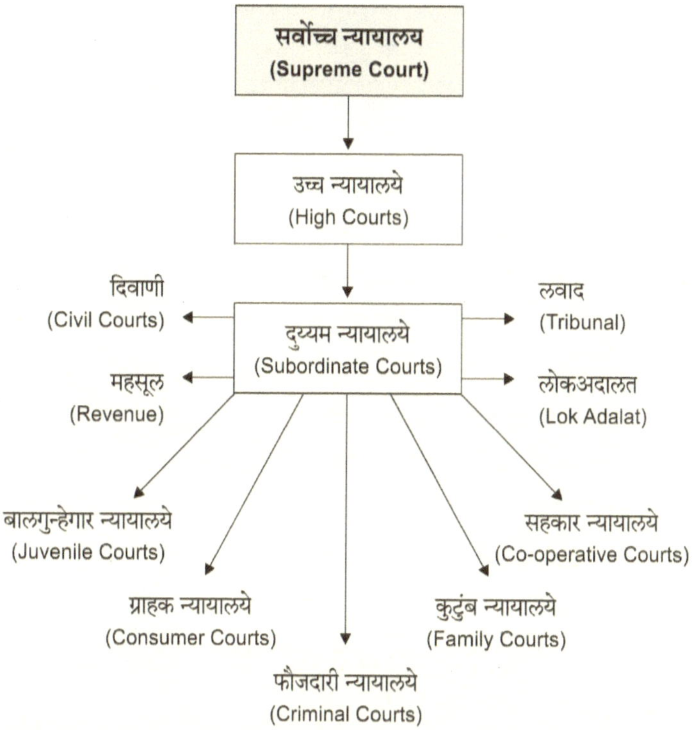

घटनेची परिशिष्टे / अनुसूची (Schedules of the Constitution)

घटनेतील काही कलमांबद्दल विशेष तरतुदी करण्यासाठी घटनेच्या शेवटी काही परिशिष्टे / अनुसूची देण्यात आलेली आहेत. मूळ घटनेत 8 अनुसूची होत्या. सध्या मात्र आपल्या संविधानात 12 अनुसूची आहेत.

अनुसूची क्रमांक	विषय	कलम
पहिली	राज्य व केंद्रशासित प्रदेशांची नावे व त्यांचे राज्यक्षेत्र	1 ते 4
दुसरी	भारताचे राष्ट्रपती, राज्यपाल, लोकसभेचे व विधानसभेचे अध्यक्ष व उपाध्यक्ष, राज्यसभेचे व विधानपरिषदेचे सभापती व उपसभापती, सर्वोच्च न्यायालयाचा न्यायाधीश (CJI), भारताचा नियंत्रण व महालेखापरीक्षक (AG) यांचे मानधन, वित्तलब्धी भत्ते व विशेषाधिकार	59(3), 65(3), 75(6), 97, 125, 148(3), 158(3), 164(5), 186, 221
तिसरी	केंद्रीय मंत्री, संसद व राज्य विधीमंडळाचे सदस्य, सर्वोच्च व उच्च न्यायालयाचे न्यायाधीश, राज्यांचे मंत्री, नियंत्रक व महालेखापरीक्षक यांनी घ्यावयाची शपथ व प्रतिज्ञा नमुने	75(4), 89, 124(6), 148(2), 163(3), 188, 219
चौथी	राज्यसभेसाठी राज्याला व केंद्रशासित प्रदेशाला वाटण्यात आलेल्या जागा	4(1), 80(2)
पाचवी	अनुसूचित जमाती व अनुसूचित क्षेत्रे यांचे प्रशासन व नियंत्रण	244(1)
सहावी	आसाम, मेघालय, त्रिपुरा आणि मिझोरम या राज्यांमधील आदिवासी क्षेत्राचे प्रशासन	244(2), 275(1)
सातवी	केंद्र व राज्ये यांच्या अधिकारांच्या विभागणीविषयी तीन सूची - केंद्र सूची, राज्य सूची आणि समवर्ती सूची	246

अनुसूची क्रमांक	विषय	कलम
आठवी	कार्यालयीन व मान्यताप्राप्त भाषा	344(1), 351
नववी	जमीन सुधारणांसंबंधी काही विधिग्राह्य कायदे व विनियमने	31(B)
दहावी	पक्षांतरामुळे संसद व राज्यविधीमंडळाच्या सदस्यांची अपात्रता. 52वी घटनादुरुस्ती 'पक्षांतर बंदी' १९८३	102(2), 191(2)
अकरावी	पंचायत राज अधिकार : 73वी घटनादुरुस्ती, 29 विषय	243(G)
बारावी	नगरपालिका अधिकार : 74वी घटनादुरुस्ती, 18 विषय	243(W)

भारतीय राज्यघटनेतील मान्यताप्राप्त भाषा

(१) हिंदी	(२) मराठी	(३) संस्कृत	(४) आसामी
(५) बंगाली	(६) गुजराती	(७) कन्नड	(८) कश्मिरी
(९) मल्याळम्	(१०) ओडिया	(११) पंजाबी	(१२) उर्दू
(१३) तमिळ	(१४) तेलुगू	(१५) सिंधी	(१६) नेपाळी
(१७) मणिपुरी	(१८) कोंकणी	(१९) संथाली	(२०) मैथिली
(२१) बोडो	(२२) डोंगरी		

दृष्टिक्षेपात राज्यघटनेतील भाग व कलम

भाग	विषय	कलम
1	संघराज्य व संघक्षेत्र	1 ते 4
2	नागरिकत्व	5 ते 11
3	मूलभूत हक्क	12 ते 35
4	राज्य धोरणाची मार्गदर्शक तत्त्वे	36 ते 51
4A	मूलभूत कर्तव्ये	51A
5	केंद्र सरकार	51 ते 151
6	राज्य सरकार	152 ते 237
8	केंद्रशासित प्रदेश	239 ते 242
9	पंचायत	243 ते 243(O)
9A	नगरपालिका	243(P) ते 243(ZG)
9B	सहकारी संस्था	243 (ZH) ते 243 (ZT)
10	अनुसूचित क्षेत्र व आदिवासी भाग	244 ते 244(A)
11	केंद्र-राज्य संबंध	245 ते 263
12	मालमत्ता करार, वित्त	264 ते 300(A)
13	भारतातील दळणवळण व व्यापार	301 ते 307
14	केंद्र-राज्य सेवा	308 ते 323
14A	न्यायाधिकरणे	323(A) ते 323(B)
15	निवडणुका	324 ते 329(A)

भाग	विषय	कलम
16	इतर मागासवर्ग, अनुसूचित जाती-जमाती, अँग्लो-भारतीयांसाठी तरतुदी	330 ते 342
17	कार्यालयीन भाषा	343 ते 351
18	आणीबाणी	352 ते 360
19	संकीर्ण	361 ते 367
20	घटनादुरुस्ती	368
21	अस्थायी, संक्रमणकालीन व विशेष तरतुदी	369 ते 392
22	संक्षिप्त नाव, प्रारंभ, प्राधिकृत हिंदी पाठ व निरसन	393 ते 395

भारतीय राज्यघटनेचे स्त्रोत

देश / कायदा	तरतुदी / वैशिष्ट्ये
भारतीय शासन कायदा, १९३५	संघराज्यीय योजना, न्यायव्यवस्था, लोकसेवा आयोग, आणीबाणीच्या तरतुदी, राज्यपालाचे पद, प्रशासकीय तपशील
कॅनडा	केंद्राकडे शेषाधिकार, राज्यपालाची केंद्राचा प्रतिनिधी म्हणून नेमणूक, संघराज्यीय व्यवस्था, सर्वोच्च न्यायालयाचे सल्लाविषयक अधिकारक्षेत्र
ब्रिटिश शासन यंत्रणा	संसदीय शासन, कॅबिनेट व्यवस्था, द्विगृही संसद, संसदीय विशेषाधिकार, एकेरी नागरिकत्व, कायद्याचे अधिराज्य, कायदे करण्याची (कायदेमंडळ) पद्धत, फर्स्ट-पास्ट-पोस्ट-सिस्टिम
अमेरिका	मूलभूत हक्क, उपराष्ट्रपती पद, राष्ट्रपतींवरील महाभियोग, न्यायालयीन पुनर्विलोकन, सर्वोच्च व उच्च न्यायालयातील न्यायाधीशांना पदावरून दूर करणे, न्यायव्यवस्थेचे स्वातंत्र्य
फ्रान्स	सरनाम्यातील स्वातंत्र्य, समता व बंधुता हे आदर्श, गणराज्य
जपान	कायद्याने प्रस्थापित केलेली कार्यपद्धती
आयर्लंड	राज्य धोरणाची मार्गदर्शक तत्त्वे, राष्ट्रपतींच्या निवडणुकीची राज्यसभेबरोबर काही सदस्यांची निवडणूक (नामनिर्देशन)
दक्षिण आफ्रिका	राज्यसभेच्या सदस्यांची निवडणूक, घटनादुरुस्तीची पद्धत
ऑस्ट्रेलिया	संसदेच्या दोन्ही सभागृहांची संयुक्त बैठक, समवर्ती सूची, व्यापार व वाणिज्य स्वातंत्र्य
जर्मनी	आणीबाणी काळात मूलभूत हक्कांची तहकुबी
सोव्हिएत रशियाची घटना	मूलभूत कर्तव्ये, प्रास्ताविकेतील सामाजिक, आर्थिक व राजकीय न्यायाची संकल्पना

घटनादुरुस्ती

घटनादुरुस्ती	घटनादुरुस्तीत केलेल्या तरतुदी
पहिली, १९५१	१. जमीन सुधारणा आणि त्यातील इतर कायद्यांचे न्यायिक पुनर्विलोकनापासून (Judicial Review) संरक्षण करण्यासाठी परिशिष्ट ९ समाविष्ट करण्यात आले. २. राज्यव्यापार आणि राज्याने कोणत्याही व्यापाराचे वा उद्योगाचे राष्ट्रीयीकरण करणे यामुळे व्यापार अथवा उद्योग करण्याच्या मूलभूत हक्काचे उल्लंघन होते, या कारणावरून ते अवैध होणार नाही.
दहावी, १९६१	दादरा आणि नगर हवेली यांचा भारतीय संघराज्यात समावेश करण्यात आला.
बारावी, १९६२	गोवा, दमण आणि दीव यांचा भारतीय संघराज्यात समावेश करण्यात आला.
तेरावी, १९६२	नागालँडला राज्याचा दर्जा देण्यात आला.
चौदावी, १९६२	पुदुचेरीचा भारतीय संघराज्यात समावेश.
पंधरावी, १९६३	उच्च न्यायालयाच्या न्यायाधीशाचे निवृत्तिवय ६० वर्षांवरून ६२ वर्षे करण्यात आले.
21वी, १९६७	सिंधी भाषेला राजभाषा दर्जा (आठव्या परिशिष्टातील पंधरावी भाषा)
26वी, १९७१	संस्थानिकांचे तनखे व विशेषाधिकार रद्द करण्यात आले.
36वी, १९७५	सिक्कीमला राज्याचा दर्जा (२६ एप्रिल १९७५)

घटनादुरुस्ती	घटनादुरुस्तीत केलेल्या तरतुदी
42वी, १९७६	• लघु राज्यघटना (Mini Constitution) • प्रास्ताविकेत समाजवादी, धर्मनिरपेक्ष आणि एकात्मता या तीन शब्दांचा समावेश • मूलभूत कर्तव्यांचा समावेश (भाग 4A) • कलम 39A, 43A, 48A चा समावेश • 39A : विधिविषयक मोफत साहाय्य 43A : उद्योगधंद्यांच्या कामकाजात कामगारांचा सहभाग 48A : पर्यावरण सुधारणा व संरक्षण, वन्यप्राणी संरक्षण
44वी, १९७६	• लोकसभा, विधानसभेचा कार्यकाळ ६ वर्षांवरून ६ वर्षे हा मूळ कार्यकाळ पुनर्स्थापित करण्यात आला. • मालमत्तेचा हक्क मूलभूत हक्कांतून वगळून केवळ कायदेशीर अधिकार करण्यात आला.
52वी, १९८५	पक्षांतर बंदी कायदा. या संदर्भात नवीन परिशिष्ट १० घटनेत समाविष्ट करण्यात आले.
53वी, १९८६	मिझोरमला राज्याचा दर्जा (तेविसावे राज्य)
55वी, १९८६	अरुणाचल प्रदेशला राज्याचा दर्जा (चोविसावे राज्य)
57वी, १९८७	गोव्याला राज्याचा दर्जा (पंचविसावे राज्य)
61वी, १९८९	मतदानाचे किमान वय २१ वरून १८ करण्यात आले.
69वी, १९९१	दिल्लीत विधानसभेची रचना
70वी, १९९१	केंद्रशासित प्रदेशांच्या विधानसभेच्या सदस्यांचा राष्ट्रपतीच्या निवडणूक मतदार यादीत समावेश करण्यात आला.

घटनादुरुस्ती	घटनादुरुस्तीत केलेल्या तरतुदी
71वी, १९९२	परिशिष्ट ८मध्ये, कोंकणी, मणिपुरी आणि नेपाळी या भाषांचा समावेश करण्यात आला. परिशिष्टातील भाषांची एकूण संख्या १८ इतकी झाली.
73वी, १९९२	• स्थानिक स्वराज्य संस्थांना वैधानिक दर्जा • दर ५ वर्षांनी त्यांच्या निवडणुका बंधनकारक • पंचायतींसाठी २९ कार्यकारी विषय असलेल्या नव्या अकराव्या परिशिष्टाचा घटनेत समावेश
74वी, १९९२	• नागरी स्थानिक संस्थांना घटनात्मक दर्जा व संरक्षण • 'नगरपालिका' या शीर्षकाचा नवा भाग 9A अंतर्गत घटनेत दाखल • तीन प्रकारच्या नगरपालिका स्थापन • नगरपालिकांसाठी १८ कार्यकारी विषय असलेल्या नव्या बाराव्या परिशिष्टाचा समावेश करण्यात आला.
77वी, १९९५	अनुसूचित जाती-जमातींसाठी, पदोन्नतीकरिता राखीव जागा आरक्षित करण्यास मान्यता.
84वी, २०००	छत्तीसगढ, उत्तराखंड, झारखंड या राज्यांची निर्मिती.
86वी, २००२	• ६ ते १४ वयोगटातील मुलांना मोफत शिक्षण व सक्तीचे प्राथमिक शिक्षण देण्याबाबत (कलम 21a) • मार्गदर्शक तत्त्वांच्या कलम 45च्या विषयात बदल • कलम 51aमध्ये नव्या मूलभूत कर्तव्याचा समावेश. आपल्या ६ ते १४ वयोगटातील बालकांना शिक्षणाची संधी उपलब्ध करून देणे हे आईवडिलांचे व पालकांचे कर्तव्य.

घटनादुरुस्ती	घटनादुरुस्तीत केलेल्या तरतुदी
92वी, २००३	बोडो, डोग्री (डोगरी), संथाली, मैथिली या चार भाषांच्या आठव्या परिशिष्टात समावेश. आता एकूण घटनात्मक मान्यताप्राप्त अधिकृत भाषा संख्या २२ आहे.
97वी, २०११	• सहकारी संस्थांना घटनात्मक दर्जा व संरक्षण • घटनेत 'सहकारी संस्था' शीर्षकाच्या भाग 9Bचा नव्याने समावेश. (कलम 243 ZH ते ZT) • सहकारी संस्था स्थापन करणे हा मूलभूत हक्क ठरवण्यात आला. (कलम 19) • सहकारी संस्थांना प्रोत्साहन देण्यासाठी मार्गदर्शक तत्त्वांमध्ये नवीन तत्त्वांचा समावेश करण्यात आला. (कलम 43B)
110वी, २००९	महिलांना ५०% आरक्षण देण्याबाबत
113वी, २०१२	ओरिसा राज्याचे नामकरण 'ओडिशा' आणि भाषा 'ओडिया'
116वी, २०१२	लोकपाल बिलाबाबत

भारतीय राज्यघटना

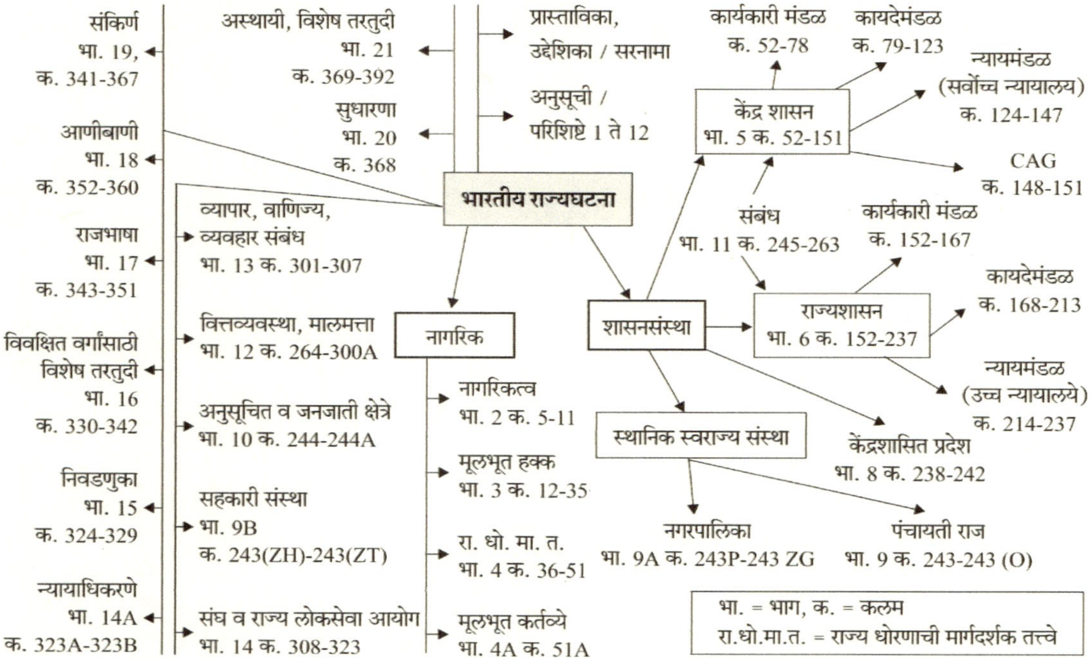
भारतीय राज्यघटना
संकिर्ण
भा. 19,
क. 341-367
आणीबाणी
भा. 18
क. 352-360
राजभाषा
भा. 17
क. 343-351
विवक्षित वर्गांसाठी
विशेष तरतुदी
भा. 16
क. 330-342
निवडणुका
भा. 15
क. 324-329
न्यायाधिकरणे
भा. 14A
क. 323A-323B
अस्थायी, विशेष तरतुदी
भा. 21
क. 369-392
सुधारणा
भा. 20
क. 368
व्यापार, वाणिज्य,
व्यवहार संबंध
भा. 13 क. 301-307
वित्तव्यवस्था, मालमत्ता
भा. 12 क. 264-300A
अनुसूचित व जनजाती क्षेत्रे
भा. 10 क. 244-244A
सहकारी संस्था
भा. 9B
क. 243(ZH)-243(ZT)
संघ व राज्य लोकसेवा आयोग
भा. 14 क. 308-323
प्रास्ताविका,
उद्देशिका / सरनामा
अनुसूची /
परिशिष्टे 1 ते 12
नागरिक
नागरिकत्व
भा. 2 क. 5-11
मूलभूत हक्क
भा. 3 क. 12-35
रा. धो. मा. त.
भा. 4 क. 36-51
मूलभूत कर्तव्ये
भा. 4A क. 51A
शासनसंस्था
केंद्र शासन
भा. 5 क. 52-151
कार्यकारी मंडळ
क. 52-78
कायदेमंडळ
क. 79-123
न्यायमंडळ
(सर्वोच्च न्यायालय)
क. 124-147
CAG
क. 148-151
संबंध
भा. 11 क. 245-263
राज्यशासन
भा. 6 क. 152-237
कार्यकारी मंडळ
क. 152-167
कायदेमंडळ
क. 168-213
न्यायमंडळ
(उच्च न्यायालये)
क. 214-237
केंद्रशासित प्रदेश
भा. 8 क. 238-242
स्थानिक स्वराज्य संस्था
नगरपालिका
भा. 9A क. 243P-243 ZG
पंचायती राज
भा. 9 क. 243-243 (O)
भा. = भाग, क. = कलम
रा.धो.मा.त. = राज्य धोरणाची मार्गदर्शक तत्त्वे

शब्दसूची

अधिक्षण (Superintendence)
अधिनियम / कायदा (Act)
अध्यादेश (Ordinance)
अनुपस्थित (Absent)
अभिवंदन (Appeal)
अभिव्यक्ती (Expression)
अर्हता (Qualifications)
आंग्ल-भारतीय (Anglo-Indian)
आकस्मिकता निधी (Contingency Fund)
उद्‌घोषणा (Proclaimation)
एकत्रित निधी (Consolidated Fund)
गणपूर्ती (Quorum)
धनविधेयक (Money Bill)
नादार न्यायनिर्णित (Adjudged an Insolvent)
नामनिर्देशित (Nominate)
निदेशन (Direction)
नियंत्रक व महालेखापरीक्षक (Comtroller and Auditor)
नियंत्रण (Control)
न्यायप्रविष्ट (Justificiable, enforceable)

पदावनती (Reduction in Rank)
परिसीमन (Delimitation)
प्रख्यापित (Promulgate)
प्रतिभूती (Security)
प्रश्नास्पद (Questionable)
प्राधिकार (Authority)
प्राधिकृत (Authoritative)
बडतर्फी (Dismissal)
मज्जाव (Restriction)
मतदार संघांचे परिसीमन (Delimitation of Constituencies)
मनोविकल (Unsound Mind)
राज्याचा महाधिवक्ता (Advocate General of the State)
रिक्त (Vacant)
लेखानुदाने (Votes on Account)
वार्षिक वित्तीय विवरणपत्र (Annual Financial Statement)
विख्यात विधीवेत्ता (Distinguished Jurist)
विधानपरिषद (Legislative Council)
विधानसभा (Legislative Assembly)
विधेयके (Bills)
विनियमन (Regulation)
विनियोजन विधेयके (Appropriation Bills)
विरामकाळ (Recess of Parliament)
विवरणे (Returns)
वेठबिगारी (Forced Labour)
सदसद्विवेकबुद्धी (Conscience Consciousness)
स्नातक (Graduate)

गुंजन हिलाल खलाणे
B.E. Biomedical Engineer (Mumbai University)
Assistant Commandant CRPF (UPSC CAPF 2013)

शालेय जीवनापासूनच लेखनाची विशेष आवड.
कविता, गाणी, कथा या स्वरूपात विपुल लेखन.
प्रशिक्षण काळात आपल्या बॅचमध्ये Best in IT
आणि Best in Field Crafts and Tactics.

Website: www.swajayate.com
Email ID: gunjankhalane@hotmail.com
Contact No.: 77092 33819

www.ingramcontent.com/pod-product-compliance
Lightning Source LLC
LaVergne TN
LVHW060148051026
849517LV00007B/2583
9789387408272